கணவாய் பாதை

எஸ்.சுரேஷ்

பதாகை

யாவரும்
பப்ளிஷர்ஸ்

The views and opinions expressed in this book are the author's own. The facts contained herein were reported to be true as on the date of publication by the author to the publishers of the book, and the publishers are not in any way liable for their accuracy or veracity.

- கணவாய் பாதை ● சிறுகதைகள் ● எஸ்.சுரேஷ் © ● முதல் பதிப்பு : ஜூலை 2023
- Kaṇavāy pātai ● Short stories ● S.Suresh © ● First Edition : July 2023
- Pages : 130 ● Price : ₹ 170/-
- ISBN : 978-81-19568-01-7

Released by :

Padhagai and Yaavarum Publishers,

24, Shop no - B, S.G.P Naidu Complex,
Dhandeeswaram Bus Stop
Opp: Bharathiar Park
Velachery Main Road
Velachery, Chennai - 600 042

90424 61472 / 98416 43380
editor@yaavarum.com
Url : www.yaavarum.com; www.be4books.com

Designed by :

All rights, including professional, amateur, motion pictures, recitation, public reading, broadcasting and the rights of translation into foreign languages are strictly reserved. No part of this book may be reproduced in whole or in part or utilized in any form or by any means electronic or mechanical, including photocopying, recording or by any information storage and retrieval system now known or hereafter invented, without the prior written permission of the author/publisher.

அன்பு மனைவி **காயத்ரி**
மகள்கள்
ஸ்ரீரஞ்சனி மற்றும் **ஹரிணிக்கு**

எஸ்.சுரேஷ்

தமிழ் மற்றும் ஆங்கிலத்தில் எழுதுகிறார். இவருடைய முதல் சிறுகதை தொகுப்பு 'பாகேஸ்ரீ'' சுஜாதா – உயிர்மை விருது பெற்றது. இவரின் கதைகள் 'பதாகை', 'சொல்வனம்', 'அழிசி' போன்ற இதழ்களில் வெளியாகியுள்ளன. இவருடைய முதல் ஆங்கில நாவல் இந்த வருடம் வெளிவர இருக்கிறது.

சொல்வனத்தில் பல இசை கட்டுரைகளையும், இந்திய கிளாசிக் புத்தக விமர்சனங்களையும், சினிமா விமர்சனங்களையும் எழுதியுள்ளார்.

ஆங்கிலத்தில் இவர் எழுதிய இசை கட்டுரைகளின் தொகுப்பு 'Music without Boundaries' என்ற பெயரில் கிண்டில் e-book இல் வெளியிடப்பட்டுள்ளது. குறுந்தொகை கவிதைகள் சிலவற்றையும், தெலுங்கு கவிஞர் க்ஷேத்ரய்யா கவிதைகள் சிலவற்றையும் ஆங்கிலத்திற்கு மொழிபெயர்த்திருக்கிறார். அவை சாகித்ய அகாடமியின் 'Indian Literature' என்னும் இதழில் வெளியிடப்பட்டுள்ளன.

மின்னஞ்சல் : suresh.gayathri@gmail.com

என்னுரை

என் முதல் சிறுகதை தொகுப்பு, பாகேஸ்ரீ, யாவரும் & பதாகை பதிப்பாக வெளிவந்து நல்ல வரவேற்பு பெற்றது. அந்த தொகுப்பிற்கு 'சுஜாதா' உயிர்மை விருது வழங்கப்பட்டது.

அதற்கு பிறகு வெளியாகும் என்னுடைய அடுத்த தொகுப்பு இது. 'பாகேஸ்ரீ' தொகுப்பில் பல கதைகள் ஹைதராபாத் நகரத்தில் நிகழ்ந்தன. அந்த கதைகளில் சாமானிய மனிதர்களின் ஆசைகளை, இன்பங்களை, துக்கங்களைப் பற்றி எழுதியிருந்தேன். பல கதைகளில் இசையும் ஒரு முக்கியப் பங்கு வகித்தது.

இந்த தொகுப்பில் வரும் கதைகள் தற்காலத்தில் நாம் எதிர்கொள்ளும் சவால்களைப் பற்றிப் பேசுகின்றன. ஆங்கிலத்தில் இதை, 'Anxities of the Modern Age' என்கிறார்கள். முதியவர்களின் தனிமை மற்றும் அவர்களின் நோய்கள், ஓரினச் சேர்க்கை, ஆண் பெண் உறவு, நகரத்தை நோக்கி குடிபெயர்வது என்று பல விஷயங்களை இந்த கதைகளில் பேசியிருக்கிறேன். இவை எல்லாமே நாம் கவலை கொள்ளும் விஷயங்கள்தான். அதனால் இந்த கதைகள் உங்கள் மனதில் உடனடியாக ஒரு தாக்கத்தை ஏற்படுத்தும் என்று நான் நம்புகிறேன்.

பாகேஸ்ரீ நூலில் வரும் கதைகள் மத்திய வர்க்கத்தை சேர்ந்தவர்கள் மற்றும் ஏழைகளைப் பற்றியவை. இந்த தொகுப்பில் சில கதைகளில் பணக்காரர்கள் வருகிறார்கள். நகரங்களில் இப்பொழுது வசிக்கும் நவீன பணக்கார்களின் மத்தியில் சில கதைகள் வசிக்கின்றன. இவர்களின் வாழ்க்கையையும் நாம் ஆவணப்படுத்த வேண்டும். அதற்கான ஒரு சிறு முயற்சிதான் இது.

பாகேஸ்ரீ நூலுக்கு கொடுத்த ஆதரவு போல் இந்த தொகுப்புக்கும் ஆதரவு தருவீர்கள் என்று நம்புகிறேன்.

நன்றியுரை

இந்த தொகுப்பு வெளிவர பலர் காரணமாக இருந்திருக்கிறார்கள். அவர்கள் எல்லோருக்கும் நன்றி கூற கடமைப்பட்டிருக்கிறேன்.

முதலில் நான் நன்றி சொல்லவேண்டியது என் நண்பரும், 'பதாகை' இதழின் ஆசிரியருமான நட்பாஸ் என்கிற பாஸ்கர் அவர்களுக்கு. என்னுடைய ஒவ்வொரு கதையையும் படித்து, அவற்றை விமர்சித்து, கதையை எப்படி மெருகேற்றலாம் என்று எனக்கு சொல்லிக்கொடுத்தவர் அவர். அவருடன் நடந்த உரையாடல் வழியாக என் எழுத்தை நான் மேம்படுத்திக்கொண்டேன். அவருக்கு நான் நன்றி சொல்லி மாளாது.

யாவரும் பதிப்பகம் நடத்தும் ஜீவ கரிகாலன் புதியவர்களை ஊக்குவிக்கவேண்டும் என்று ஒரு வெறியுடன் செயல்படுகிறார். அவருடைய வேகம் எனக்கு புத்துணர்ச்சியை தருகிறது. அதே போல் சாகித்ய அகாடெமி பரிசு பெற்ற எழுத்தாளரும் மற்றும் நல்ல நண்பருமான சுனில் கிருஷ்ணன் என் புத்தகம் வெளியாவதற்கு முக்கிய காரணமாக இருக்கிறார். தமிழ் இலக்கியம் மேல் அலாதி அன்புகொண்ட அவர், புதியவர்களை எப்பொழுதும் வரவேற்கிறார். ஜீவ கரிகாலனுக்கும், சுனிலுக்கும் என் நன்றிகள்.

எழுத்தாளரும் நண்பருமான ஸ்ரீதர் நாராயணன் என்னைப் பற்றியும் என் சிறுகதைகள் பற்றியும் அவருடைய பேஸ்புக் பக்கத்தில் எழுதி என்னையும் என் எழுத்தையும் அவருடைய பெரிய நண்பர் வட்டத்திற்கு அறிமுகப்படுத்தினார். அவருக்கு என் அன்பும் நன்றியும்.

அதே போல் என் கதையை தன்னுடைய கதை நேரம் நிகழ்ச்சியில் வாசித்து என்னை அவருடைய வட்டத்திற்கு அறிமுகப்படுத்திய பாத்திமா பாபுவுக்கும் என் நன்றிகள் பல.

என் கதைகளை விமர்சனப் பார்வையில் அணுகி அவற்றின் குறை நிறைகளை சொன்ன நண்பர்கள் பலர். சேதுபதி அருணாசலம் உண்மையை, எவ்வளவு கசப்பாக இருந்தாலும் சரி, நேரிடையாக சொல்பவர். அவர் கருத்துகள் எப்பொழுதும் என் எழுத்தை மேம்படுத்திக்கொள்ள உதவியவை. சேதுவுக்கு என் நன்றிகள் பல. அதே போல் எழுத்தாள நண்பர்கள், கிரிதரன், சிவா கிருஷ்ணமூர்த்தி மற்றும் நம்பி கிருஷ்ணன் கருத்துகளும் நேரிடையானவை, நன்மை பயப்பவை. அவர்களுக்கும் என் நன்றிகள்.

— எஸ்.சுரேஷ்

பொருளடக்கம்

1. ருத்ரதாரி — 11
2. பயணம் — 26
3. துக்கத்தின் இறுதிக்கட்டம் — 38
4. இதுவொரு அதிசய உலகம் — 52
5. நட்பின் பாரம் — 58
6. கணவாய் பாதை — 66
7. புதுயுகம் — 79
8. குரல்கள் — 90
9. தனிமை — 99
10. உன்னைக் கட்டிக் கொண்டு வாழ்வதற்கான காரணங்கள் சொல்லக் கூடியவையல்ல — 107
11. Initiative — 121

ருத்ரதாரி

அவன் கையை மேலேயும் கீழேயும் ஆட்டி காரை நிறுத்துமாறு சைகை செய்தான். கார் நின்றது. பிறகு வர்ஷா உட்கார்ந்திருந்த பக்கம் வந்து, "என் பெயர் தரம். டூரிஸ்ட் கைடு. உங்களை ருத்ரதாரி அருவிக்கு அழைத்துச் செல்கிறேன்," என்றான்.

வர்ஷா டிரைவரை பார்த்து, "கைட் வேண்டுமா?" என்று கேட்டாள். "அருவி காட்டுக்குள் இருக்கிறது மேடம். கைடு இருந்தால் நல்லது," என்றான்.

"எவ்வளவு?" என்று வர்ஷா கேட்டாள்

"ஐநூறு ரூபாய் மேடம்"

"நானூறு கொடுக்கறேன்"

தரம் தலையை சொறிந்தான். "நானூறுக்கு ஒப்புக்கொள்," என்றான் டிரைவர்.

"சரி".

அவர்கள் வந்து சேர்ந்த இடத்தில் ஒரு குடிசை, அதில் ஒரு டீக்கடை இருந்தது. நாலாபுரமும் ஹிமாலய மலைத்தொடர் அவர்களை சூழ்ந்திருந்தது. வானத்தை கருமேகங்கள் மூடியிருந்தன. சூரிய ஒளியில் பச்சை பசேல் என்று இருந்த மலைகள் இப்பொழுது கரும்பச்சை நிறமாக தோற்றமளித்தன. சற்று தொலைவில்

ஓடிக்கொண்டிருந்த கோமதி நதியின் சலசலப்பு கேட்டது. இருள் சூழ்ந்திருந்த அந்த பிரதேசம் ஒரு கனவு உலகு போல் தோற்றமளித்தது. உடலை ஊடுருவி பனிக்காற்று வீசியது.

வர்ஷா தன் ஜாக்கெட்டின் ஜிப்பை கழுத்துவரை இழுத்தாள். உள்ளே ஸ்வெட்டர் போட்டுக் கொண்டிருந்தாள். இருந்தாலும் குளிருக்கு அவள் முகம் சிவக்க ஆரம்பித்தது. சில்லென்று இருந்த கைகளால் தன் முகத்தை தடவிக் கொடுத்தாள். குளிர் அதிகமாகிக் கொண்டிருந்தது. கைகளை ஒன்றோடொன்று தேய்த்துக் கொண்டு மேகங்களைப் பார்த்தாள். ஒரு முறை எல்லா மலைகளையும் நோட்டமிட்டாள். இது போன்ற அழகு ஹிமாலயா பகுதியில்தான் கிடைக்கும் என்று தனக்குள் சொல்லிக்கொண்டு, கருமேகங்களை பார்த்தபடி, "மழை வரும் போல் இருக்கிறதே," என்றாள்.

"இல்லை மேடம். மழை வராது. இரவு பனி பெய்யலாம் ஆனால் இப்பொழுது மழை வராது," என்றான்.

"அவ்வளவு உறுதியாக உன்னால் எப்படி சொல்ல முடியும்?"

அவன் சிரித்துக் கொண்டே, "நான் பல ஆண்டுகளாக இங்கு கைடாக இருக்கிறேன். மேகங்களைப் பார்த்தால் மழை வருமா வராதா என்பது தெரிந்து விடும்"

இருவரும் நடக்க ஆரம்பித்தனர். முதலில் பாதை மேலே ஏறியது. "ரொம்ப அப்ஹில்லா இருக்குமா?" என்று வர்ஷா கேட்க, "கடைசியில் கொஞ்சம் தூரம் மேலே ஏற வேண்டும். இப்போது கிட்டதட்ட சமதரைதான்" என்றான் தரம்.

மேலே ஏறியவர்கள், கீழ் நோக்கி ஒரு சிறிய பள்ளத்தாக்கில் இறங்கினார்கள். அங்கு கோமதி நதி ஒரு பெரிய ஓடை போல் இருந்தது. கணுக்கால் அளவு தண்ணீர் ஓடியது. நதிக்கரையில் பெரிய கூழாங்கற்கள் சிதறிக் கிடந்தன. இங்கு குளிர் இன்னும் அதிகமாக இருப்பது போல் வர்ஷாவுக்கு தோன்றியது. கைகளை தன் நெஞ்சுக்கு குறுக்கே இறுக்கிப் போர்த்திக் கொண்டாள்.

தரம் அவளைப் பார்த்து சிரித்துக் கொண்டே, "இன்று குளிர் அதிகம் இல்லை. சலேங்கே தோ டண்ட் நகின் லகேகா. நடந்தால் குளிர் தெரியாது"

வர்ஷா கரையில் நின்றுகொண்டு நதியில் கை வைத்தாள். கையில் மின்சாரம் பாய்வது போல் உணர்ந்தாள். சட்டென்று தண்ணீரிலிருந்து கையை எடுத்துவிட்டு தரமைப் பார்த்து சிரித்தாள். பதிலுக்கு அவன், "தண்ணீரில் நடந்து நதியைக் கடப்போமா?" என்றான். "ஓ நோ. இந்த குளிர் எனக்கு தாங்காது," என்றாள் வர்ஷா. நதியின் நடுவில் இருந்த கற்களின் மேலே நடந்து நதியைக் கடந்தார்கள்.

உயர்ந்த மரங்கள். காட்டுக்குள் நுழைந்தார்கள். காட்டில் இருட்டு அதிகமாக இருந்தது. "நிச்சயமாக மழை வராதா?" என்று வர்ஷா கேட்க, "நிச்சயம் வராது. என்னை நம்புங்கள்" என்றான் தரம்.

சற்று தொலைவு நடந்த பிறகு ஒரு சிறு ஓடை வந்தது. அதை ஒரு மரக்கிளை மீது ஏறிக் கடக்க வேண்டும். முதலில் சென்ற தரம், தான் கிளையை விட்டு விழுந்து விடுவதுபோல் நடித்தான். இரண்டு கைகளையும் நீட்டி, ஒரு காலில் ஏதோ நர்த்தனம் செய்வது போல் செய்தான். தன் முன் சேட்டை செய்து கொண்டிருந்த இருபத்தைந்து

வயது இளைஞனின் வெகுளித்தனத்தை கண்டு வர்ஷாவுக்கு சிரிப்பு வந்தது. அவன் இந்த இயற்கை போல் கல்மிஷம் இல்லாதவனாக தென்பட்டான். நடந்து நடந்து அவனுடைய உடல் சிக்கென்று இருந்தது. அவன் வெகு சுலபமாக நடந்து கொண்டிருந்தான்.

“நீங்க கௌசானிக்கு வருவது இதுதான் முதல் முறையா?”

“ஆமாம். உத்தராகண்டுக்கே இது தான் முதல் முறை. நீ எவ்வளவு நாட்களாக கைடு வேலை செய்கிறாய்?”

“ஐந்து. நீங்க ஏன் தனியாக வந்திருக்கிறீர்கள்? உங்கள் கணவர் வரவில்லையா?”

“எனக்கு இன்னும் கல்யாணம் ஆகவில்லை”

“உங்க போல அழகான பெண்ணுக்கு இன்னுமா கல்யாணம் ஆகவில்லை. நம்ப முடியலை”

எல்லோரும் அடிக்கடி கல்யாணப் பேச்சு எடுப்பதால், அவளுக்கு இதைப் பற்றி பேசினாலே எரிச்சலாக இருந்தது. ஆனால் இப்பொழுது தரம் இவ்வளவு வெகுளியாக கேள்வி கேட்டதால், அவள் பதில் கூறினாள். “எனக்கு உலகைச் சுற்றிப் பார்க்க ஆசை. கல்யாணம் செய்து கொண்டால் அது நடக்காது. நான் கல்யாணம் வேண்டாம் என்று முடிவெடுத்திருக்கிறேன்.”

தரம் ஒன்றும் பேசவில்லை. இப்பொழுது அவர்கள் காட்டைக் கடந்துவிட்டு, புல்வெளி நிறைந்த இடத்துக்கு வந்திருந்தார்கள். காட்டை விட்டு வெளியே வந்ததும் குளிர் அதிகமானது போல் இருந்தது. பச்சைப் பசேல் என்றிருந்த வெளியைப் பார்த்து, “ஆஹா இந்த இடம் அற்புதமாக இருக்கிறது” என்றாள் வர்ஷா.

"காலையில் நன்றாக இருக்கும். இருட்டிவிட்டால் இங்கு சிறுத்தை நடமாட்டம் இருக்கும். எப்பொழுதாவது கரடியும் வரும்" என்றான் தரம்.

வர்ஷா இதைக் கேட்டவுடன் மகிழ்ச்சி அடைந்தாள். "இப்பொழுது கண்ணில் படுமா?"

தரம் சிரித்துவிட்டு, தன் இரு கைகளையும் உயர்த்தி, புலி போல் கர்ஜித்தான். "இந்த மிருகத்தைதான் நீங்கள் இங்கே பார்க்க முடியும்" என்றான். கள்ளம் கபடம் இல்லாத அந்த இளைஞனைப் பார்த்து வர்ஷா மறுபடியும் சிரித்தாள்.

அவர்கள் அந்த நடையின் கடைசிக் கட்டத்தை அடைந்து விட்டார்கள். இப்பொழுது கிட்டத்தட்ட செங்குத்தாக இருந்த ஒரு மலையில் ஏற வேண்டும். தரம் சுலபமாக ஏறிக் கொண்டிருந்தான். வர்ஷாவுக்கு மூச்சிரைத்தது. நடந்து வந்ததால் உடல் சூடேறியிருந்தது. ஜாக்கெட்டின் ஜிப்பை கீழிறக்கினாள். குளிர் காற்று அவள் நெஞ்சில் அடித்தது.

இருவரும் அருவிக்கு வந்து சேர்ந்தார்கள். ருத்ரதாரி அருவி உயரத்திலிருந்து சன்னமாக வடிந்து கொண்டிருந்தது. அருவி விழும் இடத்தில் ஒரு குளம் உண்டாகியிருந்தது. தண்ணீரின் மேல் ஒரு பாலம். பாலத்திற்கு அப்புறத்தில் ஒரு கோவில்.

தரம் குளத்தை காட்டி, "இதில் குளிக்கிறீர்களா?" என்று கேட்டான்.

வர்ஷாவுக்கு உடம்பு சிலிர்த்தது. அதைக் கண்டு தரம் சிரித்தான். "பல பேர் குளித்திருக்கிறார்கள்".

"அவர்கள் குளித்து விட்டுப் போகட்டும். நான் தண்ணீரில் இறங்குவதாக இல்லை"

எஸ்.சுரேஷ் 15

பாலத்தைக் கடந்து கோவில் அருகில் வந்தார்கள். ஷூவை கழட்டி காலை கீழே வைத்த வர்ஷாவுக்கு மறுபடியும் ஷாக் அடித்தது போல் இருந்தது. "தரை எவ்வளவு சில்லென்று இருக்கிறது!" என்றாள்

ஒரே ஒரு அறை கொண்ட சிறிய கோவில். அறையில் ஒரு விக்ரஹமும், சுவற்றில் சில சாமி படங்களும் இருந்தன. ஒரு மூலையில் பாயும் கம்பளியும் பார்த்த வர்ஷா, "இங்கு யாராவது இருப்பார்களா?" என்று கேட்டாள்

"ஒரு ஸ்வாமிஜி இருப்பார். இப்பொழுது ரிஷிகேஷ் சென்றிருக்கிறார்"

"தனியாகவா இருப்பார்?"

"ஆமாம்"

"அவருக்கு குளிராதா? இரவில் காட்டுக்குள் இருப்பது அவருக்கு அச்சம் தராதா?"

தரம் சிரித்தான். "அவர் இங்கே இருபது வருடங்களாக இருக்கிறார்"

கோவிலுக்கு வெளியே வந்து வர்ஷா ஒரு பாறை மேல் அமர்ந்தாள். நதி கீழே தெள்ளத் தெளிவாக ஓடிக்கொண்டிருந்தது. சுற்றிலும் ஓங்கி உயர்ந்த மரங்களிலிருந்து பறவைகளின் சத்தம் அருவியின் இரைச்சலை மீறி கேட்டது. மெல்லிய குளிர் காற்று வீசியது. வர்ஷாவையும் தரமையும் தவிர அங்கு எவரும் இல்லை. அந்த ஏகாந்தமான வேளையில் என்றும் காணாத அமைதியை வர்ஷா அடைந்தாள். இடைவிடாது பேசிக்கொண்டே இருக்கும் தரம் இப்பொழுது வர்ஷாவின் மனதை அறிந்தவன் போல் அமைதியாக உட்கார்ந்து கொண்டிருந்தான்.

பதினைந்து நிமிடங்கள் அப்படியே உட்கார்ந்திருந்த வர்ஷா, வேண்டா வெறுப்பாக எழுந்து நடக்க ஆரம்பித்தாள். தரம் அவள் பின்னால் வந்தான். கீழே இறங்கி புல்வெளியை அடைந்தார்கள்.

"நீங்க எந்த ஊரு?" என்று தரம் கேட்டான்

"சென்னை"

"சென்னை?"

"மெட்ராஸ்"

"ஆ... மத்ராஸ்"

"ஆனால் நான் இப்போ தில்லியில் வேலை செய்கிறேன்"

அவர்கள் நதியை அடைந்தபோது, நதிக்கு நடுவில் இருந்த ஒரு பெரிய பாறையின் மேல் ஓர் இளைஞன் உட்கார்ந்திருப்பதை வர்ஷா பார்த்தாள். அவன் தரமை பார்த்து சிரித்தான். நதியைக் கடக்கும்பொழுது அவர்களுடன் சேர்ந்து கொண்டான்.

"இவன் என் நண்பன், ரோஹித். அவனும் ஒரு கைடு."

"இன்று நீ யாரையும் கைடு செய்யவில்லையா" என்று வர்ஷா அவனைப் பார்த்து கேட்டாள்.

"இல்லை மேடம். இது டூரிஸ்ட் சீஸன் இல்லை. ஒருவரோ இருவரோதான் வருவார்கள்"

நதியைக் கடந்து நடந்து கொண்டிருந்தார்கள். அவர்கள் செல்லும் பாதைக்குப் பக்கத்தில் வழவழப்பான ஒரு பெரிய பாறை இருந்தது. தரம் அதைக் காட்டி கேட்டான், "உங்களால் இந்த பாறை மேல ஏற முடியுமா?"

"இது மேல் எப்படி ஏற முடியும். இவ்வளவு வழவழப்பாக இருக்கிறது"

“நாங்கள் ஏறுவோம் பாருங்கள்,” என்று கூறிவிட்டு தரமும் ரோஹித்தும் வீதியில் நடப்பது போல அந்தப் பாறை மேல் ஏறினார்கள். தரம் வர்ஷாவைப் பார்த்து சிரித்தான். “இன்னும் பெரிய பெரிய பாறைகள் எல்லாம் ஏறுவோம்” என்றான்.

“உங்களைப் பார்த்தால் எனக்கு பொறாமையாக இருக்கிறது. நீங்கள் எல்லாம் இயற்கையோடு ஒன்றி வாழ்கிறீர்கள்”

அவர்கள் கிளம்பிய இடத்துக்கு வந்து சேர்ந்தார்கள். “மேடம் ஒரு டீ குடிப்போம்,” என்றான் தரம். அந்த குளிருக்கு டீ இதமாக இருந்தது. தரமும் வர்ஷாவும் டீக்கடை பெஞ்சில் உட்கார்ந்திருக்க, ரோஹித் நின்றுகொண்டே டீ குடித்தான்.

அப்பொழுது வானம் சற்று வெளுத்திருந்தது. கிளம்பியபொழுது அப்பிக் கொண்டிருந்த இருள் இப்பொழுது இல்லை. தூரத்து மலைகள் இப்பொழுது தெளிவாக தெரிந்தன. விவரிக்க முடியாத வெளிச்சம் அந்த இடம் முழுவதும் பரவியிருந்தது.

வர்ஷா தரமை பார்த்து, “இப்போ மேகங்கள் அதிகம் இல்லை பார்,” என்றாள்.

“மனிதர்களை போல் இயற்கையும் மாறிக்கொண்டேதான் இருக்கும்,” என்றான் தரம்.

“ஆனால் இயற்கை தன் சமநிலையை குலைத்துக் கொள்வதில்லை,” என்று ரோஹித் முடித்தான்.

பேசியது நானூறு ரூபாய் தான் என்றாலும் வர்ஷா தரமுக்கு ஐநூறு ரூபாய் கொடுத்தாள். “நீ நன்றாக வழி காட்டினாய். ஐநூறு ரூபாயை வைத்துக் கொள்”

“மேடம். எங்கள் இரண்டு பேருக்கும் ஒரு ஆசை. நாங்கள் தில்லிக்கு வந்து வேலை பார்க்க வேண்டும். எங்களுக்கு ஏதாவது வேலை ஏற்பாடு செய்ய முடியுமா?” என்று தரம் கேட்டான்.

“இந்த அழகான இடத்தை விட்டுவிட்டு எதற்கு தில்லி வர நினைக்கிறீர்கள்? நல்ல காற்று, சுத்தமான தண்ணீரை விட்டுவிட்டு எப்போதும் புகை மண்டலம் சூழ்ந்திருக்கிற தில்லிக்கு எதற்கு போகவேண்டும்?”

“வாழ்க்கைக்கு காற்றும் தண்ணீரும் மட்டும் போதாது இல்லையா மேடம். எங்களுக்கு வருவாய் மிகவும் குறைவு. டூரிஸ்ட் சீஸன்போது ஏதோ கொஞ்சம் பணம் வரும். இல்லை என்றால் பெரிதாக ஒன்றும் வராது. எங்கள் தோட்டத்தில் சில காய்கறிகள் விளையும். மற்றபடி இந்த சம்பாத்தியத்தில்தான் வாழ்க்கையை ஓட்ட வேண்டும். தில்லிக்கு வந்தால் மாதா மாதம் சம்பளம் கிடைக்கும். இங்க கிடைப்பதை விட அதிகமாக கிடைக்கும். வாழ்க்கையை ஒரு அளவுக்கு நல்லபடியாக ஓட்டலாம்”

“இவ்வளவு நாள் ஏன் முயற்சி செய்யவில்லை?”

“ஆறு மாதம் முன்னாடிதான் கலியாணம் ஆனது மேடம். மனைவி வந்த பிறகு பொறுப்பு அதிகரித்து விட்டது. உங்களால் உதவி செய்ய முடிந்தால் நன்றாக இருக்கும்.”

“சரி. உங்க நம்பர் கொடுங்கள். ஏதாவது வேலை இருந்தால் சொல்கிறேன்.”

வர்ஷா தில்லிக்கு திரும்பிய இரண்டு மாதங்களுக்கு பிறகு, தரமுக்கு அவளிடமிருந்து அழைப்பு வந்தது. “தரம், இங்க புதுசா ஆரம்பிக்கற ஒரு கம்பெனிக்கு

அட்மின் அசிஸ்டண்ட்கள் வேண்டுமாம். நீயும் ரோஹித்தும் கிளம்பி வாருங்கள்."

வர்ஷாவின் சிபாரிசின் பேரில் இருவரும் டில்லியில் வேலைக்கு சேர்ந்தார்கள். முதல் மாத சம்பளம் வந்தவுடன் இருவரும் இனிப்பு வகைகளை வாங்கிக்கொண்டு வந்து வர்ஷாவுக்கு கொடுத்தார்கள். ஆறு மாதம் கழித்து வர்ஷா வேலை மாறி பெங்களூருக்கு வந்தாள். அதற்கு பிறகு இரண்டு வருடங்களுக்கு அவள் தரமிடம் தொடர்பில் இல்லை.

டிசம்பர் மாதத்தில் மறுபடியும் கௌசானிக்குச் செல்ல வர்ஷா முடிவெடுத்தாள். அவள் அங்கு சென்று கிட்டத்தட்ட மூன்று வருடங்கள் ஆகிவிட்டன. டில்லிக்குச் சென்று, அங்கிருந்து சதாப்தி ரயிலேறி காத்கோடாம் வந்தடைந்து, காரில் நைனிதால் சென்று, அங்கு ஒரு நாள் தங்கிவிட்டு, அடுத்த நாள் ஜோகேஷ்வரில் கோவில்களைப் பார்த்த பின்பு, அல்மோரா வழியாக கௌசானி வந்து சேர்ந்தாள். அன்று மாலை மறையும் சூரியனின் சிவப்பு வெளிச்சத்தில் பனிமலைத் தொடர்களை பார்க்க முடிந்தது. நந்தா தேவி, திரிஷூல், நந்தா கோட் மலைகள் தெளிவாகத் தெரிந்தன. தூரத்தில் பஞ்சசூலி மலையும் தெரிந்தது. பத்து நிமிடங்களுக்கு வர்ஷா அவற்றை வாய் திறந்து ஆச்சரியத்துடன் பார்த்துக்கொண்டிருந்தாள். இந்த அழகையும் குளிரையும் காமிராவில் கொண்டுவர முடியாது என்று அவளுக்கு நன்றாகவே தெரிந்திருந்தும் தன் காமிராவில் படங்களை எடுத்துத் தள்ளினாள்.

காலை சிற்றுண்டி ரிசார்ட்டில் திறந்த வெளியில் ஏற்பாடு செய்திருந்தார்கள். மேகமூட்டமாக இருந்ததால் தூரத்து

மலைகள் தெரியவில்லை. டிசம்பர் மாத குளிர் உடம்புக்குள் ஊடுருவிச் சென்றது. இருந்தாலும் திறந்த வெளியிலேயே சாப்பிடுகிறேன் என்று வர்ஷா சொன்னதால் இந்த ஏற்பாடு செய்யப்பட்டிருந்தது. இயற்கையின் அழகை ரசித்துக்கொண்டே, ஆலூ பரோட்டாவை ருசித்துக் கொண்டிருக்கும்போது ஒரு இளம் பெண் வர்ஷாவைத் தேடி வந்தாள்.

அவள் நீல நிற சுடிதார் மேல் சிவப்பு ஸ்வெட்டர் அணிந்திருந்தாள். வர்ஷாவைப் போல் அவள் தலையில் குரங்கு குல்லா அணிந்திருக்கவில்லை. அந்த ஊர் மக்கள் போல் அவளும் சிவப்பாக இருந்தாள். அழகான தோற்றமுடைய அவள், “நீங்கள்தான் வர்ஷா மேடமா?” என்று கேட்டாள்.

“ஆம்”

“உங்களுக்கு ரோஹித் ஞாபகம் இருக்கா?”

வர்ஷா யோசித்தாள்.

“தரமின் நண்பன். அவர்கள் இருவருக்கும் நீங்கள்தான் டில்லியில் வேலை வாங்கி கொடுத்தீர்கள்”

“ஓஹோ. ரோஹித். ஞாபகம் இருக்கிறது. நீங்கள்?”

“நான் ரோஹித்தின் மனைவி.”

“ரோஹித் எப்படி இருக்கிறான்?”

“இப்போது அவர் டில்லியில் இல்லை. திரும்பி கௌசானிக்கே வந்துவிட்டார்”

“ஏன்?”

“அதைப் பற்றிதான் பேசவேண்டும்”

சாப்பிட்டு முடித்த வர்ஷா, கையை துடைத்துக்கொண்டு, கிளௌஸை மாட்டிக் கொண்டாள்.

“உங்க பேர் சொல்லவில்லையே?”

“என் பேர் ரேணு”

சூரியன் மேகங்களுக்கு நடுவிலிருந்து எட்டிப் பார்த்தான். மெல்லிய ஒளி புல்தரையின் மேல் பரவியது.

“ரோஹித் ஏன் தில்லியை விட்டு வந்தான்?”

“போகும்போது மகிழ்ச்சியாகத்தான் போனான். ஒரு ஆறு மாதத்தில் என்னை டில்லிக்கு அழைத்துக் கொள்கிறேன் என்று சொல்லிவிட்டுப் போனான். ஆனால் ஆறு மாதத்தில் அவனே திரும்பி வந்துவிட்டான். நான் எதற்கு இப்படி செய்கிறாய் என்று கேட்டேன். நகரம் மனிதனை மிகவும் மாற்றி விடுகிறது. எனக்கு இந்த கைடு வேலையே போதும் என்று சொன்னான். நான் எவ்வளவோ மன்றாடிப் பார்த்தேன். ஆனால் மறுபடியும் டில்லிக்கு போகமாட்டேன் என்று உறுதியாக இருக்கிறான். நான் எவ்வளவோ கெஞ்சிப் பார்த்துவிட்டேன். ஆனால் அவன் இனி போவான் என்று எனக்கு தோன்றவில்லை.”

“மனிதர்கள் எப்படி மாறுகிறார்களாம்?”

“ரோஹித்தும் தரமும் ஒரே கம்பெனியில்தான் இருந்தார்கள். தரம் ஏதோ லஞ்சம் வாங்குகிறான் என்று சொன்னார்கள். ரோஹித் லஞ்சம் வாங்காமல் வேலை பார்த்தான். ஆனா அவன் மேலதிகாரிக்கு அது பிடிக்கவில்லை. அந்த அதிகாரியும் லஞ்சம் வாங்குபவர். அவனும் உத்தராகண்ட் ஆள்தான். அவன் ரோஹித்தை அவமானப்படுத்த ஆரம்பித்தான். ரோஹித் வேலையை விட்டுவிட்டு வந்துவிட்டான்.”

இருவரும் சற்று நேரம் மௌனமாக இருந்தார்கள். வர்ஷா முகம் சில்லென்றாவதை உணர்ந்தாள்.

ரேணு தொடர்ந்தாள், "இப்போ தரமை பாருங்கள். அவன் தன் வீட்டுக்கு மேல் மாடி கட்டிவிட்டான். புதிய நிலம் வாங்கியிருக்கிறான். மனைவியையும் மகனையும் டில்லிக்கு அழைத்துக் கொண்டு போய் விட்டான். அவன் குழந்தை நல்ல பள்ளிக்கூடத்தில் படிப்பான். அவன் நல்ல படிப்பு படித்து நல்ல வேலைக்கு போவான். என் பையன் கவர்ன்மெண்ட் ஸ்கூலில் படித்து ஏதோ டிரைவராகவோ கைடாகவோ போவான். எங்களுக்கு ஒரு நல்ல வாழ்க்கை அமையவேண்டும் என்று நான் பார்க்கிறேன். ரோஹித் என் பேச்சையே கேட்க மாட்டேன் என்கிறான். நீங்கள் எங்கள் வீட்டுக்கு வந்து அவனோடு பேசுங்கள். இது பற்றியெல்லாம் புரிய வையுங்கள். நீங்கள் சொன்னால் அவன் கேட்பான்."

வர்ஷாவுக்கு வேறொருவர் குடும்ப விஷயத்தில் தலையிடுவதில் ஆர்வம் இல்லை. ஆனால் ரேணு சொல்வதிலும் ஒரு நியாயம் இருப்பதை உணர்ந்தாள். "இன்றைக்கு அவன் எங்கே இருப்பான்?"

"நீங்கள் காலையில் ருத்ரதாரி அருவிக்கு போகிற இடத்தில்தான் இருப்பான்"

"சரி. நான் பேசுகிறேன்"

"ரொம்ப நன்றி மேடம்."

"டீ குடித்துவிட்டுப் போ"

இருவரும் டீ அருந்திய பின், ரேணு விடைபெற்றுக் கொண்டாள்.

வர்ஷா இப்பொழுது மிகுந்த குழப்பத்தில் இருந்தாள். அட்மின், பர்சேஸ் போன்ற பிரிவுகளில் லஞ்சம் வாங்குவது சகஜம் என்று அவளுக்கு தெரியும்.

எஸ்.சுரேஷ் 23

ரோஹித்துக்கு இது போன்ற ஒரு பிரிவில்தான் வேலை கிடைக்கும் வாய்ப்பிருந்தது. ரோஹித்தை நிர்பந்தப் படுத்துவது சரியில்லை என்று வர்ஷா நினைத்தாள். அதே சமயம் ரேணுவின் கோரிக்கை தவறில்லை என்றும் அவளுக்குப் பட்டது. சரி, ரோஹித்துடன் பேசிப் பார்ப்போம் என்று நினைத்துக்கொண்டு ருத்ரதாரி அருவியை நோக்கிச் சென்றாள்.

ரோஹித் டீக்கடையில் கடைக்காரனுடன் ஏதோ பேசிக்கொண்டிருந்தான். "ஹாய் ரோஹித்" என்ற சொன்ன வர்ஷாவை திரும்பிப் பார்த்த அவன், ஒரு வினாடி இது யார் என்று தெரியாமல் முழித்தான். பிறகு, "அரே மேடம். நமஸ்தே" என்றான். "எங்கே? ருத்ரதாரிக்கா?"

"இல்லை. உன்னுடன் பேச வந்தேன்"

ரோஹித், "ஒரு டீ சொல்லுங்கள், பேசலாம்"

வர்ஷா டீ கோப்பையை வாங்கிக் கொண்டாள். அவளுக்கு அறிவுரை சொல்லிப் பழக்கமில்லை. எப்படி இந்த பேச்சை ஆரம்பிப்பது என்று தெரியாமல் தவித்தாள்.

சூரியன் பிரகாசமாக ஒளி வீசிக்கொண்டிருந்தான். மலைகள் எல்லாம் பச்சை பசேலென்று இருந்தன. வெகு தொலைவில் உள்ள மலைகளும் தெளிவாகத் தெரிந்தன. வானத்தின் ஒரு பகுதியில் கருமேகங்கள் இருந்தாலும் இன்னொரு பகுதி மேகங்கள் இல்லாமல் இருந்தது. ஒரு மலையில் சன்னமான அருவி உருவாகிக் கொண்டிருப்பதை வர்ஷா பார்த்தாள். தூரத்தில் காரொன்று வளைந்து நெளியும் மலைப்பாதையில் சென்று கொண்டிருந்தது. ஏதோ ஒரு மனையிலிருந்து வெள்ளைப் புகை வந்து கொண்டிருந்தது.

எல்லாவற்றையும் தன் கண்கள் வழியாக வர்ஷா மனதினுள் வாங்கிக் கொண்டிருந்தாள்.

மெதுவாக காட்சி மாறியது. கருமேகங்கள் சூரியனை சூழ்ந்துகொண்டன. வெளிச்சம் மறையத் தொடங்கியது. மலைகளின் நிறம் மெதுவாக கரும்பச்சையாக மாறியது. தூரத்திலிருந்த மலைகள் மறைந்தன. மெல்லிய சாரல் அடிக்க ஆரம்பித்தது. காட்சி முழுவதும் மாறிவிட்டிருந்ததை பார்த்த வர்ஷா ரோஹித்திடம், "இயற்கை எப்படி மாறுகிறது பார். மாறுவதுதான் இயற்கையின் நியதி போல்" என்றாள். ரோஹித் பதில் ஏதும் சொல்லாமல் டீ அருந்திக்கொண்டிருந்தான்.

வர்ஷா பேசி முடித்த சில வினாடிகளிலேயே காட்சி மறுபடியும் மாறியது. கரு மேகங்களை காற்று செலுத்திச் செல்ல, மறுபடியும் சூரிய வெளிச்சம் எங்கும் பரவியது. மழைச்சாரல் நின்றது. எல்லா மலைகளும் மறுபடியும் தெள்ளத் தெளிவாக தெரிய ஆரம்பித்தன. எல்லாம் பழைய நிலைக்கே திரும்பியிருந்தன.

ரோஹித் வர்ஷாவைப் பார்த்தான், ஆனால் எதுவும் பேசவில்லை. இருவரும் மௌனமாக டீ அருந்த ஆரம்பித்தார்கள்.

பயணம்

ஞாயிறு மாலை நேரம். சென்ட்ரல் ஸ்டேஷன் ரொம்பி வழிந்தது. சரண் அப்பாவின் கையை பிடித்துக் கொண்டு நடந்தான். "பல வருடங்களுக்கு முன், இந்த கூட்டத்தில் தொலைந்து போய் விடுவேனோ என்று அப்பா என் கையை பிடித்துக்கொண்டு நடந்தார். இப்பொழுது அவர் தொலைந்து போய்விடுவாரோ என்ற பயத்தில் நான் அவர் கையை பிடித்துக்கொண்டு நடக்கிறேன். காலம் எல்லாவற்றையும் தலைகீழாக மாற்றிவிட்டது."

சரணின் அப்பாவிற்கு டிமென்ஷியா. இப்பொழுது வியாதி முற்றிக் கொண்டிருந்தது. சில சமயங்களில் அவருக்கு சுயநினைவு இருக்கும். சில சமயங்களில் அவருக்கு எந்த நினைவும் இருக்காது. ஒரு முறை வீட்டை விட்டு சென்றவர் திரும்பி வரவில்லை. வீட்டில் எல்லோரும் பதட்டப்பட்டார்கள். அவர் செல்லும் எல்லா இடங்களிலும் தேடினார்கள். இரண்டு மணி நேரம் கழித்து, அமீர்பெட் காவல் நிலையத்திலிருந்து அழைத்தார்கள். அவர் சிக்கட்பல்லியிலிருந்து அமீர்பெட்டுக்கு எப்படி சென்றார் என்று யாருக்கும் புரியவில்லை. அன்றிலிருந்து அவர் சட்டைப் பையில் எப்பொழுதும் வீட்டு விலாசத்துடன் ஒரு காகிதம் இருக்கும்படி சரண் பார்த்துக் கொண்டான்.

அப்பா வேகமாக நடந்தார். அவர் உடல் உறுதியாக இருந்தது. "இது நம்ம கம்பார்ட்மெண்ட்." என்று

சொல்லி இரண்டாம் வகுப்பு பெட்டியில் அப்பாவுடன் சரண் ஏறினான். உட்கார்ந்த ஐந்து நிமிடங்களுக்குப் பிறகு சித்தப்பா வந்தார். “எப்படி இருக்கார்?” என்று கேட்டார். “பரவாயில்லை சித்தப்பா” என்றான். அவர் அப்பாவுடன் பேசினார், ஆனால் அப்பாவிற்கு அவர் யாரென்று புரியவில்லை. “பத்திரமா கூட்டிண்டு போ,” என்றார்.

வண்டி கிளம்பியதும் சித்தப்பா கையை ஆட்டினார். கூட்டத்தில் அவர் மறையும் வரை சரண் கையை ஆடினான். அவனுக்கும் சித்தி வீட்டில் சில நாட்கள் இருந்துவிட்டு வரவேண்டும் என்று ஆசை. ஆனால் அலுவலகத்தில் வேலைப்பளு அதிகம் இருந்ததால் உடனே திரும்ப வேண்டிய கட்டாயம் இருந்தது.

அப்பாவை ஜன்னல் ஓரமாக உட்கார வைத்துவிட்டு அவர் பக்கத்தில் சரண் அமர்ந்தான். ஒரு காலத்தில் ரயில் ஏறியவுடன் அவன் ஜன்னலோர இருக்கையில் உட்கார முடியாவிட்டால் அழுதது நினைவில் வந்தது. எவ்வளவு முறை இதே சார்மினர் எக்ஸ்பிரஸ்ஸில் சென்றிருப்பான். அப்பா அவனுக்கு ஒவ்வொரு ஸ்டேஷன் பெயராக சொல்லுவார். “மெட்ராஸ் எப்போ வரும் பா?” “நாளைக்கு வரும்.” அப்பா தண்ணி பிடிக்க இறங்கும்பொழுது அவன் மனது துடிக்கும். ரயில் கிளம்பும் முன் அப்பா ஏறிவிடவேண்டும் என்ற துடிப்பு இருக்கும். அவர் ஏற முடியவில்லை என்றால்? எப்பொழுதும் அப்பா ரயில் கிளம்புவதற்கு முன் ஏறிவிடுவார். இருந்தாலும் சரண் மனதில் பயம் இருக்கத்தான் செய்தது. இப்பொழுதும் அவனுக்கு அதே பயம் இருந்தது. தான் இல்லாதபொழுது அப்பா ரயிலை விட்டு இறங்கிவிடுவாரோ என்ற பயம். இந்த முறை இறங்கினால் அவர் மறுபடியும் ரயில் ஏறமாட்டார் என்று அவனுக்குத் தெரியும்.

சரணுக்கு எதிர்ப்புறம் ஒரு குடும்பம் உட்கார்ந்து இருந்தது. அவனுக்குப் பக்கத்தில் நடுவயது ஆண் உட்கார்ந்திருந்தார். ரயில் கிளம்பி இரண்டு மணி நேரம் ஆகிவிட்டது. சரணுக்கு சிறுநீர் கழிக்க வேண்டும் போல் இருந்தது. இருந்தாலும் அதை அடக்கிக் கொண்டு அப்பாவின் பக்கத்திலேயே உட்கார்ந்திருந்தான். அப்பாவை விட்டு நகர அவனுக்கு பயமாக இருந்தது. சிறுநீர் கழிக்க வேண்டும் என்ற இம்சை அதிகமாகிக் கொண்டே இருந்தது. திடீரென்று அப்பா இருக்கையை விட்டு எழுந்தார். "எங்க போகணும்?" "எனக்கு ஒண்ணுக்கு வருது". அப்பாவை அழைத்துக்கொண்டு கழிப்பறைக்குச் சென்றான். அப்பாவை தாழ்ப்பாள் போட வேண்டாம் என்று சொல்லிவிட்டு கதவுக்கு வெளியில் நின்றிருந்தான். கழிப்பறையை பார்த்த அவனுக்கு சிறுநீர் உபாதை அதிகமாகியது. இருந்தாலும் அதை அடக்கிக்கொண்டு அப்பாவுடன் தங்கள் இருக்கைக்கு சென்றான்.

அப்பாவுக்கு எதிரில் உட்கார்ந்திருந்தவர் அப்பாவுடன் பேச்சுக் கொடுத்தார். அப்பா பதில் அளித்துக் கொண்டிருந்தார். ஆனால் கேள்வி கேட்பவருக்கு ஏதோ சரி இல்லை என்று தோன்றியதை சரண் கவனித்தான். "அவருக்கு டிமென்ஷியா. எல்லாத்தையும் மறந்து போறார்" "ஓ" என்ற எதிர் இருக்கை ஆள், ஏதோ கொடிய மிருகத்தைப் பார்த்தது போல் பயந்து மௌனமாகிவிட்டார்.

ரயில் ஏதோ ஒரு ஸ்டேஷனில் ஒரு நிமிடம் நின்றுவிட்டு கிளம்பியது. டீ விற்றுக் கொண்டிருந்தவனிடம் இரண்டு கோப்பை டீ வாங்கி, ஒன்றை அப்பாவுக்கு கொடுத்தான். சிறுநீர் கழித்தால் தவிர தன்னால் டீ குடிக்க முடியாது என்று தீர்மானித்த

சரண், பக்கத்து இருக்கையில் உள்ளவரிடம், "அப்பாவ ரெண்டு நிமிஷம் பாத்துக்கோங்க. நான் டாய்லெட் போயிட்டு வரேன்" என்று கூறிவிட்டு கழிப்பறைக்கு சென்றான்.

சரண் சீக்கிரம் வந்துவிட வேண்டும் என்று தான் நினைத்தான். ஆனால் இவ்வளவு நேரம் அடக்கிக் கொண்டிருந்ததால் அவன் சற்று நேரம் இருக்கவேண்டி வந்தது. ஒவ்வொரு நிமிடமும் அவனுடைய பயம் கூடிக் கொண்டிருந்தது. வேலையை முடித்த பிறகு இருக்கைக்கு விரைந்தான். அப்பா ஜன்னல் ஓரமாக அமைதியாக உட்கார்ந்திருந்தார்.. பக்கத்து இருக்கை ஆள் சரணைப் பார்த்து, "ஹி இஸ் ஓகே' என்றார்.

கல்யாணச் சத்திரத்தில் கட்டிக் கொடுத்த உணவை அவனும் அப்பாவும் தின்ற பின்பு, அப்பாவை கை அலம்ப அழைத்துச் சென்றான். அவர் சிறுநீர் கழித்த பிறகு இருக்கைக்கு வந்து, நடு இருக்கையை மேலே தூக்கிவிட்டு, ஏர் பில்லோவை ஊதி, அப்பாவின் தலையடியில் வைத்து, அவருக்கு போர்வை போர்த்திவிட்டான். பிறகு அவன் நடு இருக்கையின் மேல் ஏறி அமர்ந்தான். தான் தூங்கிவிடக் கூடாது என்பதற்காக உட்கார்ந்தே இருந்தான்.

சற்று நேரத்திற்குப் பிறகு அவனுக்கு கழுத்தும் முதுகும் வலிக்க ஆரம்பித்தன. இனி உட்கார்ந்திருக்க முடியாது என்று நினைத்து இருக்கையில் படுத்துக் கொண்டு, அப்பா தூங்கிக் கொண்டிருக்கிறாரா என்று எட்டிப் பார்த்தான். அவர் குறட்டை விட்டு தூங்கிக் கொண்டிருந்தார். சரண் ராதிகாவைப் பற்றி யோசிக்க ஆரம்பித்தான். மூன்று மாதங்களுக்கு முன் அவளை பெண் பார்க்க சென்றிருந்தான். அவளைப் பார்த்தவுடன் பிடித்ததால் உடனே சம்மதம் சொல்லிவிட்டான்.

எஸ்.சுரேஷ்

வெளியில் சந்தித்தால் சர்ச்சை ஆகிவிடும் என்பதால் அவர்கள் தொலைபேசி வாயிலாக தினமும் பேசிக்கொண்டார்கள். காலை பத்து மணிக்கு ராதிகா அவளுடைய அலுவலகத்திலிருந்து இவனை அழைப்பாள். மாலை ஐந்து மணி அளவில் இவன் அவளை அழைப்பான். அலுவலகத்திலிருந்து பேசுவதால் அதிகம் பேச முடியாது. இருந்தாலும் தினமும் பேசிய சில நிமிடங்களை மனதில் அசை போட்டுக்கொண்டு சரண் மகிழ்ச்சியடைவான். அவள் நினைப்பு அவன் முகத்தில் சிரிப்பை வரவழைத்தது. ரயில் ஏதோ ஸ்டேஷனில் நின்றது. ராதிகா நினைவில் மூழ்கியிருந்த சரண், ரயில் நின்றிருப்பதை உணர்ந்து திடுக்கிட்டான். உடனே கீழே எட்டிப் பார்த்தான். அப்பா அமைதியாக தூங்கிக்கொண்டிருந்தார்.

ரயில் மறுபடியும் கிளம்பியது. சரண் பக்கத்தில் உள்ளவர்கள் எல்லோரும் தூங்கிக் கொண்டிருந்தார்கள். விளக்குகள் அணைக்கப்பட்டிருந்தன. சரணுக்கு சிறுநீர் கழிக்கவேண்டும் போல் இருந்தது. அப்பாவை பார்த்துக்கொள்ளும்படி யாருக்கும் சொல்ல முடியாது. அதே சமயம் அடுத்த ஸ்டேஷன் சீக்கிரம் வராது என்று நினைத்துக்கொண்டு சரண் கழிப்பறைக்கு விரைந்தான். சீக்கிரம் தன் வேலையை முடித்துக்கொண்டு இருக்கையை நோக்கி வரும்பொழுது இருக்கைக்கு வெளியே நீட்டிக்கொண்டிருந்த அப்பாவின் கால்களை காணவில்லை. இதயம் படபடக்க இருக்கையை நோக்கி ஓடினான். அப்பா கால்களை மடித்து தூங்கிக் கொண்டிருந்தார்.

நடு இருக்கையின் மேல் ஏறிய பிறகும் அவன் இதயம் வேகமாக அடித்துக் கொண்டிருந்தது. இரண்டு மூன்று தரம் மூச்சை நன்றாக இழுத்து வெளியே விட்டான்.

வெளியிலிருந்து சில்லென்ற காற்று வீசியது. அப்பா நன்றாக போர்த்திக் கொண்டிருக்கிறாரா என்று பார்த்தான். எல்லாம் சரியாக இருந்தது. மறுபடியும் மெதுவாகப் படுத்தான். ராதிகாவைப் பற்றியும், அலுவலக வேலையைப் பற்றியும் ஏதோ யோசித்துக் கொண்டிருந்தான்.

நடு இரவு தாண்டிய பிறகு 'கட கட கட கட்' என்ற ஓசையுடன் கிருஷ்ணா நதி பாலத்தை வண்டி கடந்தது. சற்று நேரம் கழித்து விஜயவாடா ஸ்டேஷனில் ரயில் வந்து நின்றது. ரயில் இங்கு பதினைந்து நிமிடங்களுக்கு மேல் நிற்கும். சரண் இருக்கையிலிருந்து காலை கீழே நீட்டி உட்கார்ந்து கொண்டான். அடிக்கடி அப்பாவை எட்டிப்பார்த்தான். ரயில் நின்று பதினைந்து நிமிடத்துக்கு மேல் ஆகிவிட்டது. ரயில் கிளம்பப் போகிறது என்ற தகவலை ஒலிபெருக்கியில் அறிவித்துக் கொண்டிருந்தார்கள். அதை கேட்ட சரண், மறுபடியும் படுத்துக்கொண்டான். முதல் நாள் கல்யாண வேலைகள் இருந்ததால் வெகு நேரம் அவன் தூங்கவில்லை. அதிகாலை முகூர்த்தம் என்பதால் சீக்கிரமே எழுந்துவிட்டான். செப்டெம்பர் மாதமாக இருந்தாலும் மெட்ராசில் வெயில் கொளுத்தியது. எல்லாம் சேர்ந்து அவனுக்கு அளவு கடந்த சோர்வை அளித்தன. இவ்வளவு நேரம் முழித்துக் கொண்டிருந்த அவன் இப்பொழுது தூங்கிவிட்டான்.

கனவில் ராதிகா அவனிடம் ஏதோ சொல்ல அவன் சிரித்தான். சிரித்துக் கொண்டே கண்முழித்தான். கரைந்து போகும் அழகிய கனவை மறுபடியும் கையில் பிடிக்க கண் மூடினான். அவன் எவ்வளவு முயற்சி செய்தும் கனவை மறுபடியும் கைப்பற்ற முடியவில்லை. வேண்டா வெறுப்பாக கண்களை திறந்தான். எதிர்ப்பக்கம்

உட்கார்ந்திருந்தவர் தன் நடு இருக்கையை கீழே இறக்கி கொண்டிருந்தார். சட்டென்று சரணுக்கு தான் எங்கிருக்கிறோம் என்ற நினைவு வந்து, கீழே எட்டிப்பார்த்தான். அப்பாவை காணவில்லை.

எழுந்த வேகத்தில் அவன் தலை அப்பர் பெர்த்தில் முட்டியது. தலையை தடவிக்கொண்டே கீழே இறங்கினான். எதிர் இருக்கையில் இருப்பவரை பார்த்து, “அப்பாவை பாத்தீங்களா?” என்று கேட்டான். “நான் இப்போ தான் எழுந்திரிச்சேன். அவரை பாக்கல. டாய்லெட் போயிருப்பரோ என்னவோ” என்றார்.

சரண் கழிப்பறையிடம் சென்றான். இரண்டு கழிப்பறைகளும் மூடி இருந்தன. நிலைகொள்ள முடியாமல் சரண் அங்கு நின்றிருந்தான். ஐந்து நிமிடங்களுக்குப் பிறகு ஒரு கதவு திறந்தது. இன்னும் சற்று நேரம் கழித்து இன்னொரு கதவு திறந்தது. இரண்டிலும் அப்பா இல்லை. மறுபக்கம் உள்ள கழிப்பறைக்கு விரைந்தான். அங்கும் அப்பா இல்லை.

ரயில் போங்கீர் தாண்டிவிட்டிருந்தது. கட்கேஷர் தாண்டிவிட்டால் சிகந்திரபாத் ஸ்டேஷன் வந்து விடும். சரண் ஒவ்வொரு பெட்டியாக தேடிக்கொண்டே சென்றான். எதிலும் அப்பா இல்லை. மறுபடியும் இருக்கைக்கு வந்தவனை எல்லோரும் கேள்வி கேட்க ஆரம்பித்தனர். “அவருக்கு எவ்வளவு நாளாக மறதி இருக்கிறது?”, “அவருக்கு தன் பெயர் தெரியுமா?” “தன்னுடைய ஊர் எது என்று அவருக்கு தெரியுமா?” “நீ தனியாக அவரை ஏன் கூட்டிக்கொண்டு வந்தாய்? கூட யாராவது வந்திருக்கலாமே?” சரணுக்கு இருப்பு கொள்ளவில்லை ஆனால் அவனால் இப்பொழுது ஒன்றும் செய்ய முடியாது என்று அவனுக்கு தெரியும்.

“சிகந்திரபாத் ஸ்டேஷன்ல இறங்கி ரயில்வே போலீஸ் ஸ்டேஷன்ல கம்ப்ளைண்ட் குடு” என்றார் பக்கத்து இருக்கைக்காரர்.

ரயில் நிற்பதற்கு முன்பே இரண்டு பைகளையும் தோளில் சுமந்துகொண்டு சரண் வெளியே குதித்து ரயில்வே போலீஸ் ஸ்டேஷன் நோக்கி ஓடினான். அவன் சொன்னதை பொறுமையாக கேட்ட போலீஸ் அதிகாரி, “இன்னும் கொஞ்சம் பொறுப்பா இருந்திருக்கக்கூடாதா? உன்ன நம்பிதானே அனுப்பினாங்க? இப்படி அப்பாவா தொலைச்சிட்டு வந்து இருக்கியே.” சரணுக்கு என்ன சொல்வது என்று புரியவில்லை. “எப்படியாவது அவர கண்டுபிடிச்சி குடுங்க சார்” என்று கெஞ்சினான். “சரி சரி. நான் என்னால முடிஞ்சத செய்யறேன். இதோ பார். நீ அவர விஜயவாடா ஸ்டேஷன் வரைக்கும் கண்காணிச்சிருக்க. அதுக்கு பிறகு கம்மம், காஜிபேட், வாராங்கல் ஸ்டேஷன்லாம் இருக்கு. இப்போ எல்லா இடமும் தேடணும். நீ உங்க வீட்டு ஃபோன் நம்பர் குடுத்துட்டு போ. ஏதாவது தகவல் இருந்தா நான் ஃபோன் பண்றேன்”

ஸ்டேஷனை விட்டு வெளியே வந்தவன் என்ன செய்வது என்று தெரியாமல் குழம்பி நின்றான். வீட்டில் தாத்தா பாட்டிக்கும், கல்யாணமாகாத மாமாவுக்கும் என்ன சொல்வது? அம்மாவுக்கு என்ன சொல்வது? எல்லாவற்றிக்கும் மேல், ராதிகாவுக்கு என்ன சொல்வது? தான் அப்பாவை தொலைத்துவிட்டதைப் பற்றி அவள் என்ன நினைப்பாள்? அம்மா இந்த செய்தியை கேட்டு அழுவாளா? அலுவலகத்தில் இதைப் பற்றி சொல்லலாமா? இங்கிருந்து வீட்டுக்கு பஸ் பிடித்துக்கொண்டு போகலாமா, இல்லை ஆட்டோவில் போகலாமா? அவன் மனது இங்கும் அங்குமாக தாவிக்

கொண்டிருந்தது. தான் நிதானத்திற்கு வரவேண்டும் என்று உணர்ந்து, பஸ்ஸில் செல்ல முடிவு செய்தான். ஒண்ணாம் நம்பர் பஸ் போய்குடா, முஷீராபாத், சார்மினார் சௌரஸ்தா தாண்டி சிக்கட்பல்லியில் நின்றதும் சரண் இறங்கிக்கொண்டு மாமாவுக்கு எப்படி சொல்வது என்ற சிந்தனையில் வீட்டை நோக்கி நடந்தான்.

அழைப்பு மணி கேட்டு மாமா கதவைத் திறந்தார். “வாடா” என்று சரணை வரவேற்றவர் வெளியே எட்டிப் பார்த்தார். “அப்பா அம்மா எங்க?” என்றார். “அம்மா சித்தியோட தங்கிட்டா. ஒரு வாரம் கழிச்சி வருவா” “அப்படியா. அப்பா எங்க?” “மாமா, தாத்தா பாட்டிக்கிட்ட சொல்லாத. அப்பாவ காணோம். எங்கேயோ டிரைன்னை விட்டு இறங்கிட்டாரு” என்று கிசுகிசுத்தான். “என்னடா சொல்ற. அய்யய்யோ. இப்படி அப்பாவ தொலைச்சிட்டு வந்து நிக்குற. உங்க அம்மாவுக்கு என்னடா சொல்றது?”

படுக்கையில் படுத்திருந்த பாட்டி “யார்டா அது, சரணா? அப்பா அம்மா எங்கடா?” “ஒரு வாரம் கழிச்சி வராங்களாம். நம்ம காமாட்சி ஒரு வாரம் அங்க தங்க சொல்லியிருக்கா” என்று மாமா பதில் கூறினார். பிறகு சரணை அழைத்துக்கொண்டு வீட்டுக்கு வெளியே வந்தார். சரண் போலீஸ் ஸ்டேஷன் சென்றதைப் பற்றி சொன்னான். “இந்த மனுஷன் எங்க இறங்கினாரோ? இது எப்படிடா டீல் பண்றது?” இருவரும் மௌனமாக இருந்தார்கள். “நீ ஒண்ணு பண்ணு. எதுவும் நடக்காதது போல இரு. ஆஃபிஸ் கிளம்பி போ. நான் இவங்கள பார்த்துக்கிறேன். ஆஃபிஸ்ல யாராவ்து ஹெல்ப் பண்ணுவாங்களா பாரு.”

அவன் ஆபீஸ் வீட்டிலிருந்து ஐந்து நிமிட தூரத்தில் இருந்தது. ஆபீஸில் நுழைந்தவுடன், சுனிதா சிரித்துக் கொண்டே, “யாரோ ராதிகாவாமே. உனக்குன்னு ஃபோன் பண்ணா. நீ இல்லைனு சொன்னதும் அவள் குரலே மாறிப்போச்சு. அவ அழுதுவிடுவாளோன்னு பயந்தேன்” என்றாள். அவள் குறும்பாகப் பேசியதை எப்பொழுதும் ரசிக்கும் சரண் இன்று ரசிக்கவில்லை. அவன் முகம் ஏதோ போல் இருந்தது. “என்ன சரண். என்ன ப்ராப்ளம்?” சற்று நேரம் மௌனமாக இருந்தவன், “நேத்து எங்க அப்பாகூட ரயில்ல வந்தேன். அவர் ஏதோ ஒரு ஸ்டேஷன்ல இறங்கி இருக்கார். காலைல எழுந்து பார்த்த அவர காணோம்” இதை கேட்டுக்கொண்டிருந்த ராகவ், “என்னடா இப்படி செஞ்சிட்ட. உங்க அப்பாவ கவனிக்காம விட்டிட்டையே” என்றான். இதை பலரிடமிருந்து கேட்ட சரணுக்கு கோபம் வந்தது, “ஏன்டா எங்கப்பாவ நானே வேணும்னு தொலைப்பேனா? நானும் எவ்வளவோ நேரம் தூங்காமதான் இருந்தேன். நானும் மனுஷன் தானே. என் பாட் லக் நான் தூங்கும்போது அவர் எங்கேயோ இறங்கி இருக்கார். இதெல்லாம் வேணும்னா செய்வேன்?” அவன் குரலில் இருந்த கோபத்தை தணிக்க, “சாரி. சாரி, தெரியாம கேட்டுட்டேன். உங்க அப்பாவ நாம் ரெண்டு பெரும் சேர்ந்து கண்டுபிடிப்போம்” என்றான்.

ஆபீஸில் பணிபுரியும் பத்து நபர்களுக்கும் இந்த செய்தி தெரிந்துவிட்டது. ஒருவர் தன் நண்பரை ஃபோன் செய்து கம்மம் போலீஸ் ஸ்டேஷனில் விசாரிக்க சொன்னார். இன்னொருவர் தன் நண்பருக்கு ஃபோன் செய்து வாராங்கல் ரயில் நிலையத்தில் விசாரிக்க சொன்னார். இதற்கிடையில் ராதிகாவின் அழைப்பு வந்தது. அவளுக்கு என்ன சொல்லவேண்டும் என்று

சரணால் முடிவு செய்ய முடியவில்லை. உண்மையை சொன்னால் அவள் தனக்கு ஆறுதல் சொல்லுவாளோ இல்லை தனக்கு பொறுப்பாக நடந்துகொள்ள தெரியவில்லை என்று நினைத்துக் கொள்வாளோ என்று குழம்பிய சரண், தனக்கு வேலை இருப்பதாகவும், "ஐ லவ் யு. அஞ்சு மணிக்கு ரெடியா இரு. என் கால் வரும்" என்று சொன்னான்.

மணி மதியம் இரண்டை தாண்டியது. அப்பாவைப் பற்றிய எந்த தகவலும் இல்லை. சரண் சோர்ந்திருந்தான். சரி இனி என்ன ஆகிறதோ ஆகட்டும். அம்மாவுக்கும் ராதிகாவுக்கும் சொல்லிவிட வேண்டியதுதான் என்று முடிவு செய்தான். "ராகவ், எதுக்கும் ஒரு முறை சிகந்தரபாத் ரயில்வே போலீஸ் ஸ்டேஷன் போயி பாத்துட்டு வந்திடலாம். அவங்க கிட்ட ஏதாவது நியூஸ் இருக்கா பார்ப்போம்," அவர்களிடமும் எந்த செய்தியும் இல்லை. சரண் நம்பிக்கையை முழுவதும் இழந்தவனாக ஸ்டேஷனை விட்டு வெளியே வந்தான்.

ஆபீஸில் நுழைந்தவுடன் சுனிதா, "உங்க மாமா ஃபோன் பன்னாரு. ஏதோ அர்ஜண்ட்டாம். உன்னை உடனே வர சொன்னார்," சரணுக்கு இதயம் வேகமாக அடித்துக்கொள்வது நன்றாக கேட்டது. அவன் தன்னுள் இவ்வளவு நேரம் ஒளித்து வைத்திருந்த பயம் இப்பொழுது வெளிவந்தது. அப்பா ஏதோ விபத்தில் சிக்கிக்கொண்டிருப்பார். ரயில் டிராக்கில் சென்றாரோ இல்லை சாலை கடக்கும்பொழுது பஸ் இடித்துவிட்டதோ? வேர்த்தபடி வீட்டுக்கு வந்து சேர்ந்தான்.

அப்பா சோஃபாவில் உட்கார்ந்து காபி குடித்துக்கொண்டிருந்தார். "இவர யாரோ மாறேட்பல்லில

பார்த்திருக்காங்க. இவருக்கு நினைவு தெரியலேன்னு அவங்களுக்கு புரிஞ்சிருக்கு. இவர் பாக்கெட்ல இருந்த சீட்ல ஃபோன் நம்பர் அழிஞ்சிருக்கு. அதனால ஒருத்தர் ஆட்டோல கொண்டுவிட்டு போனார். எப்படியோ அவர் வீடு திரும்பியாச்சு. தாத்தா பாட்டிய நான் பாத்துக்கறேன். நீ வாய விடாத"

அமைதியாக உட்கார்ந்திருந்த அப்பாவை சரண் பார்த்தான். இன்னும் அவருடன் தான் செய்ய வேண்டிய பயணத்தை பற்றி நினைத்தான். அழுகை வந்தது. விம்மி விம்மி அழ ஆரம்பித்தான்.

துக்கத்தின் இறுதிக்கட்டம்

ஆறு மாதங்கள் இருக்கும், லஞ்ச் சாப்பிட தட்டை எடுத்து மேஜையின் மேல் வைத்தபோது அவன் மொபைல் ஒலித்தது. "சரவணா. ஹாஸ்பிடலுக்கு சீக்கிரம் வாடா. அப்பாவுக்கு ஏதோ ஆகிடுச்சு. எல்லா டாக்டரும் இப்போ ரூம்ல இருக்காங்க. எனக்கு பயமா இருக்கு சரவணா. உடனே கிளம்பி வா".

அம்மாவின் குரலில் தெரிந்த பயம் சரவணனையும் தொற்றிக்கொண்டது. அவன் ஆஸ்பத்திரி போய்ச் சேர்ந்தபோது அம்மாவின் அழுகைக் குரல் உள்ளேயிருந்து கேட்டது. அப்பா மாரடைப்பு வந்து, திரிப்ள் பைபாஸ் முடிந்து. தேறி வரும்போது எதிர்பாராதவிதமாக அவர் மரணம் நிகழ்ந்திருந்தது. டாக்டர்கள் எல்லோரும் அவர் உயிருக்கு இனி ஆபத்து இல்லை என்று சொல்லியிருந்தார்கள். சற்று சோர்வடைந்திருந்தாலும், சரவணனிடமும் அவன் அம்மாவிடமும் நன்றாக பேசிக்கொண்டிருந்தவர் இப்படி திடீரென்று காலமானது எல்லோருக்கும் அதிர்ச்சியாக இருந்தது.

"உங்க அம்மா ஒரு மகராசி. எப்போவும் சிரிச்ச முகத்தோட இருக்கும் அவள இந்த நிலைமைக்கு கடவுள் ஆளாக்கிட்டானே. சுமங்கலியா போயிருக்க வேண்டியவளுக்கு இந்த கதியா?", என்று சரவணனிடம் சொல்லி தெரு முக்கில் பூ விற்கும் கிழவி அழுதாள்.

சரவணன் எங்கு சென்றாலும் அவனுக்கு ஆறுதல் கூறினார்கள். அம்மாவை புகழும் அளவுக்கு அப்பாவையும் புகழ்ந்தார்கள். “எல்லாரிடமும் எவ்ளோ நல்லா பழகுவார் தம்பி. அவர் பேச ஆரம்பிச்சா நாங்க எங்க வேலையா விட்டுட்டு அவர் பேச்ச ரசிப்போம். அதனால்தான் அவரு பெரிய சேல்ஸ ஆபிசரா இருந்தாரு”, என்று மளிகைக் கடை அண்ணாச்சி கூறினார். கறிகாய் விற்கும் கிழவி,“ இது போல ஒரு புருஷன் பொஞ்சாதி ஜோடிய நான் பாத்ததே இல்லை தம்பி. நாசமா போற எவன் கண்ணோ பட்டிடிச்சி”, என்றாள்.

வீடு மதுரையில் இருந்தாலும், அப்பாவுக்கு தென் தமிழகமெங்கும் சுற்றும் வேலை. அவர் என்று போனாலும் வெள்ளிக்கிழமை இரவு மதுரைக்கு வந்துவிடுவார். மறுபடியும் திங்கட்கிழமை கிளம்புவார். வார இறுதியில் பௌர்ணமி என்றால் சரவணனுக்கு மிகுந்த மகிழ்ச்சியாக இருக்கும். அன்று அவர்கள் மூவரும் கொல்லைப்புறத்தில் உட்கார்ந்து நிலா வெளிச்சத்தில் சாப்பிடுவார்கள். அம்மா பழைய தமிழ்ப் பாடல்களை இனிய குரலில் பாடுவாள். ஒவ்வொரு பாடல் முடிந்தவுடன் அப்பா தன்னுடைய விருப்பமான பாடல் ஒன்றை கேட்பார். அம்மா அதைப் பாடுவாள். சில நாட்கள் நள்ளிரவு வரை இந்த கச்சேரி நடக்கும். இது போன்ற நாட்களில் அம்மாவின் முகத்தில் மகிழ்ச்சி பொங்கும்.

இப்படி மகிழ்ச்சியுடன் இருந்த அம்மா இப்போது இப்படி ஆகிவிட்டாளே என்று சரவணன் அழுதான். அம்மாவையோ, யாராலும் கட்டுப்படுத்த முடியவில்லை, அவள் அழுகை பத்து நாட்களுக்கு நிற்கவேயில்லை. திருச்சியிலிருந்து சரவணனின் பாட்டி வந்திருந்தாள்.

"என் பொண்ண தனியா விட்டுட்டு போயிட்டானே அந்த மனுஷன்", என்று அவளும் அழுதாள். சரவணனுக்கு என்னை செய்ய வேண்டும் என்று புரியவில்லை. இவ்வளவு நாட்கள் அவன் அம்மா அப்பாவின் அரவணைப்பில் வளர்ந்திருந்தான். அவனுக்கு எந்த ஒரு சின்ன பிரச்சினை என்றாலும் அவர்கள்தான் தீர்த்து வைப்பார்கள். அவன் சென்னையில் வேலை செய்துகொண்டிருந்தாலும் ஒவ்வொரு வெள்ளிக்கிழமை இரவும் பஸ் பிடித்து மதுரைக்கு வந்துவிடுவான். மூன்று வருடங்களாக அவன் இதை செய்து வருகிறான். அவனுக்கு எப்பொழுதும் அம்மா அப்பாவுடன் இருக்கவேண்டும். இப்பொழுது அவன் தான் அநாதை ஆகிவிட்டது போல் உணர்ந்தான்.

சோகத்திலிருந்து மீண்டபோது அம்மா கோபமாக இருந்தாள். அவள் சிரித்த முகம் சினம் கொண்ட முகமாக மாறியிருந்தது. அவளுக்கு எப்பொழுது கோபம் வரும், யார் மேல் கோபம் வரும் என்று யாராலும் யூகிக்க முடியவில்லை. அம்மாவின் இந்த முகத்தை கண்டு பயந்த சரவணன், தன் அலுவலகத்துக்கு வரும் மனோதத்துவ நிபுணரிடம் இதை பற்றி கேட்டான். "சரவணன், பெரும் துயரம் ஏற்படும்போது, அதை ஏற்றுக்கொள்வதற்கு முன்பு பல படிநிலைகளை ஒருவர் கடந்து வரவேண்டும். முதலில் நடந்ததை ஏற்க மறுப்பார்கள், அடுத்ததாக அவர்களுக்கு தங்கள் மீதும் இந்த உலகத்தின் மீதும் கோபம் வரும். மெதுவாக கோபம் தணிந்து சுயபச்சாதாபம் ஏற்படும். அதை கடந்தவர்களுக்கு வாழ்வின் மேல் ஒரு வெறுப்பு உண்டாகும். அதை கடந்து வருபவர்கள் துயரத்தை முழுமையாக ஏற்றுக்கொண்டு வாழ்க்கையை மறுபடியும் தொடங்குவார்கள். உன் அம்மா இப்பொழுது இரண்டாம்

படிநிலையில் நிற்கிறாள். நாட்கள் ஆக ஆக மெதுவாக இந்த துயரத்தை ஏற்றுக்கொள்வாள். அதுவரையில் நீ அவளுக்கு வேண்டிய தெம்பை குடு", என்றார்.

அவர் சொன்னது போல் அம்மா கோபமாக இருக்கும் கட்டத்தை கடந்து, சுய பச்சாதாப கட்டத்தை கடந்து, இப்போது வாழ்க்கை மேல் வெறுப்புடன் இருந்தாள். சரவணனுக்கு அவள் மெதுவாக தேறி வருவது போல் தோன்றியது. சென்னையில் இருக்கும்பொழுதெலாம் அவளுடைய நினைவாகவே இருந்தது. தினமும் இரு முறை தொலைபேசியில் அம்மாவுடன் பேசினான். பாட்டி அம்மாவுடன் இருந்தது அவனுக்கு ஆறுதலாக இருந்தது. வார இறுதியில் அவன் மதுரைக்கு வந்துவிடுவான். அம்மாவை சென்னைக்கு வருமாறு அழைத்தான். அம்மா சம்மதிப்பாள் என்று அவன் எதிர்ப்பார்க்கவில்லை. அவளோ, சரி வருகிறேன், என்று சொல்லியிருந்தாள். சரவணனுக்கு அது மிகுந்த மகிழ்ச்சி அளித்தது. ஒருவாறாக வாழ்க்கை மறுபடியும் சீராகச் செல்கிறது என்று அவன் நினைத்தபொழுது அந்த இடி விழுந்தது.

சனிக்கிழமை காலை மதுரைக்கு வந்த சரவணனை அவன் மாமா தொலைபேசியில் அழைத்து, "பத்து மணிக்கு வீட்டுக்கு வா", என்றார். அவர் சரவணனை ஒரு வக்கீலிடம் அழைத்து சென்றார். இருவருக்கும் தாம் எதற்காக அங்கு செல்கிறோம் என்று தெரியவில்லை. "வக்கீல் வரச்சொன்னாரு. ஏதோ முக்கியமான விஷயம்ன்னு சொன்னாரு"

வக்கீல் அவர்களை வரவேற்றார். அவருடன் இன்னொரு வக்கீல் இருந்தார். "இவர் என் நண்பர் ஆறுமுகம். திருநெல்வேலியில் வக்கீலா இருக்காரு.

அவர் உங்களுடன் மிக முக்கியமான ஏதோ ஒன்ன பேசணும்னாரு.''

வக்கீல் ஆறுமுகம் சரவணனைப் பார்த்து, ''தம்பி, உங்ககிட்ட நான் இதை எப்படி சொல்லணும்னு எனக்கே புரியல''. சற்று நேரம் மௌனமாக இருந்துவிட்டு,. ''உங்க அப்பா அடிக்கடி டூர் போவார் இல்லயா?'', என்று கேட்டார்.

''ஆமாம்'', என்றான் சரவணன்.

''திருநெல்வேலிக்கு போவாருன்னு உனக்கு தெரியுமா?''

''தெரியும். அங்க அடிக்கடி போவாரு. எங்களுக்கு இருட்டுக் கடை ஹல்வா வாங்கிட்டு வருவாரு''

மறுபடியும் வக்கீல் மௌனமாக இருந்தார்.

''சொல்லுங்க'', என்றான் சரவணன்.

''சொல்றத நிதானமா கேளுங்க. நான் சொல்றது எல்லாம் உண்மை. அது உண்மைனு நிரூபிக்க என்கிட்ட ஆதாரம் இருக்கு'', என்றார்.

சரவணனுக்கு குழப்பமாக இருந்தது. ''என்ன உண்மை? என்ன நிரூபிக்க போறீங்க?'', என்று கேட்டான்.

சரவணன் தோளின் மேல் ஆறுமுகம் வக்கீல் கை போட்டு சொன்னார், ''இது உனக்கு அதிர்ச்சியா இருக்கும் தம்பி ஆனா இது உண்மை. உன் அப்பா திருநெல்வேலியிலே வேறொரு பெண்ணுடன் குடும்பம் நடத்திக்கிட்டிருந்தாரு''

சரவணன் அதிர்ச்சியில் வாயடைத்து நின்றான். அவன் மாமா வக்கீலைப் பார்த்து கத்த ஆரம்பித்தார். ''டேய். யாரப் பத்தி என்ன சொல்ற. அவர் எந்த மாதிரி ஆள் தெரியுமா, அவர் பேர கெடுக்கறதுக்குனு திருநெல்வேலியிலேர்ந்து வந்தயாடா நீ''. கோபம் பொங்கி எழ வக்கீலை அடிக்க வந்தார்.

சரவணனின் வக்கீல் அவரைத் தடுத்தார். பிறகு ஆறுமுகத்தை பார்த்து, "ஆறுமுகம். என்னய்யா இப்படி குண்ட தூக்கி போடற? இவங்க அப்பாவுக்கு இங்க எவ்வளவு பெரிய பேரு தெரியுமா, நீ சொல்றத எங்களால எப்படியா ஏத்துக்க முடியும்?"

ஆறுமுக வக்கீல் ஒரு மொபைல் ஃபோனை சரவணன் முன் நீட்டினார். "இதில் இருக்கும் மெசேஜ் எல்லாம் பார். நான் சொன்னது உண்மைன்னு உனக்கு புரியும்"

சரவணன் குறுஞ்செய்திகளை படிக்க ஆரம்பித்தான். ஒவ்வொரு செய்தியும் அவன் அப்பாவின் உடல்நிலை பற்றி அவரே அனுப்பியது போல் இருந்தது. அவர் எந்த ஆஸ்பத்திரியில் இருக்கிறார், அவரை பார்க்கும் டாக்டர் பேர் என்ன, என்ன மாத்திரைகள் கொடுத்திருக்கிறார்கள், யாரெல்லாம் அவரை பார்க்க வந்தார்கள் என்ற விவரங்கள் அதில் இருந்தன.

"வாட்ஸ்ஆப்பும் பாரு", என்றார் ஆறுமுகம்

வாட்ஸாப்பில் அப்பாவின் ECG, அவர் மருந்து சீட்டு ஆகியவற்றின் படங்களும், அப்பாவின் செல்ஃபியும் இருந்தன. அதில் வேறொரு பெண்மணியின் செல்ஃபியும் இருந்தது. ஒரு படத்தில் அந்த பெண்மணியுடன் ஒரு சிறு பெண் இருந்தாள்.

ஆறுமுக வக்கீல் சொன்னார், "இது அந்த அம்மாவின் ஃபோன்". அவருடைய பையிலிருந்து ஒரு மொபைலை எடுத்து, "இது உங்க அப்பாவோட இன்னொரு ஃபோன். இதிலிருக்கும் படங்கள பார்" என்றார்.

அந்த மொபைலில் சரவணனின் அப்பா அந்த பெண்மணியுடன் இருப்பது, அந்தச் சிறு பெண்ணை தூக்கி விளையாடுவது, லுங்கியுடன் சோபாவில்

உட்கார்ந்திருப்பது, சாப்பிடுவது என்று பல படங்கள் இருந்தன.

சரவணன் அவன் மாமாவை பார்த்தான். அவருக்கு வேர்த்திருந்தது. இவ்வளவு நேரம் கோபமாக இருந்தவர் இப்பொழுது வாயடைத்து நின்றிருந்தார். சரவணனும் சிலை போல் நின்றிருந்தான்.

சரவணனின் வக்கீல், "ஆறுமுகம். நீ திருநவேலிலேருந்து இதை மட்டும் சொல்ல வரலைன்னு எனக்கு தெரியும். நீ வந்த விஷயம் என்ன?", என்று கேட்டார்.

"உட்கார்ந்து பேசுவோமா", என்றார் வக்கீல் ஆறுமுகம்.

எல்லோரும் உட்கார்ந்தார்கள். "மூணு மாசத்துக்கு முன்னாடி, நான் அமெரிக்கா கிளம்பற நாள் அன்றைக்கு உங்க அப்பா கிட்ட அவர் எழுத சொன்ன உயிலை எழுதி கொடுத்துட்டு போனேன். நான் அமெரிக்கா போற அவசரத்துல அவர் கையெழுத்து வாங்க முடியல. "நான் படிச்சி பாத்து கையெழுத்து போட்டு வைக்கறேன்", என்று உங்க அப்பா சொன்னாரு. நான் கிளம்பினதும் கொஞ்சம் நாளிலேயே அவர் காலமாயிட்டாரு. அந்த உயில் இப்போ எங்கே இருக்குனு எனக்கு தெரியல. ஆனா உங்க அப்பா என்னை அந்த உயில் எழுத சொன்னது உண்மை. வேணும்னா இந்த மெயில் பாருங்க," என்று ஒரு மின்னஞ்சலை காண்பித்தார். பிறகு அவர் பையிலிருந்து ஒரு கோப்பை எடுத்தார். "இது தான் அந்த உயிலோட நகல்", என்று சரவணனிடம் கொடுத்தார்.

"என்ன எழுதியிருக்குன்னு நீயே சொல்", என்றார் சரவணனின் வக்கீல்.

ஆறுமுக வக்கீல், "நீங்க வாடகைக்கு விட்டிருக்கும் ஒரு பெட்ரூம் பிளாட்டும் ஐந்து லட்ச ரூபாய் ரொக்கமும்

என் கட்சிக்காரருக்கு கொடுக்கணும்னு உன் அப்பாவுடைய ஆசை", என்றார்

சரவணன் பேசுவதற்கு முன் அவனுடைய வக்கீல், "வில் இன்னும் ரிஜிஸ்டர் செய்யலியே. இவன் அப்பா கையெழுத்து போட்டார் என்பதற்கு எந்த சாட்சியும் இல்லை. அவர் கையெழுத்து போட்ட உயிலும் உங்ககிட்ட இல்ல. இந்த கேஸ் செல்லுபடி ஆகாது", என்றார்

"நான் உயிலை சரவணனின் அப்பாவிடம் கொடுத்ததற்கான சாட்சி இருக்கு. அங்க வேல பாக்குற நர்ஸ் நான் கொடுத்தத பாத்திட்டிருந்தா. இவன் அப்பா அதில் கையெழுத்து போடுவதையும் அவ பாத்திருக்கா. அவர் இறந்த பிறகு அந்த உயில் காணல. கோர்ட்ல வாதாட எனக்கு வேண்டிய ஆதாரம் இருக்கு", என்றார்.

"அப்போ கோர்ட்ல பாத்துப்போம்"

ஆறுமுகம் நிராசையுடன் கிளம்பினார். சரவணனும் மாமாவும் வீட்டுக்கு செல்லும் வழியில் ஒரு டீக்கடையில் உட்கார்ந்து டீ குடித்தனர். மாமா சோர்வாக இருந்தார். "உங்க அம்மா கிட்ட இத எப்படி சொல்றது? அவ உடைஞ்சி போயிடுவா", என்றார். சரவணனால் இந்த செய்தியை இன்னும் நம்ப முடியவில்லை. "அப்பா எப்படி மாமா அப்படி பண்ணாரு?". இருவரிடமும் இந்த கேள்விக்கு பதில் இல்லை.

அவர்கள் நினைத்தது போல் அம்மா செய்தியை கேட்டு அதிர்ந்து போயிருக்க வேண்டும், ஒன்றுமே பேசாமல் மௌனமாக இருந்தாள். அவள் மௌனம் சரவணனுக்கு அச்சத்தை ஏற்படுத்தியது. பாட்டி கோபத்தின் உச்சத்தில் இருந்தாள். அப்பாவை வைய ஆரம்பித்தாள். ஓ என்று கதறி அழுதாள். அன்று மாலை

எஸ்.சுரேஷ்

பெரியப்பா, சித்தப்பா மற்றும் அத்தை வீட்டிற்கு வந்தார்கள். அவர்கள் வந்தவுடன் ஒரு பூகம்பம் வெடித்தது. பாட்டி அவர்கள் எல்லோரையும் திட்ட, அவர்கள் பதிலுக்கு திட்ட அவர்கள் குடும்பங்களுக்கு நடுவே உறவு முறிந்து போனது.

சரவணன் உடைந்து போயிருந்தாலும் அவன் அம்மா உடையவில்லை. "நாம எதுக்குடா வெட்கப்படணும்? நாம வேண்டியத எல்லாம் கொடுத்தோம். அந்த மனுஷன் புத்தி அப்படி போச்சுன்னா நாமா பொறுப்பு. ஊர் வாய்க்கு பயந்து வீட்லையே கிடக்காத. தல நிமிர்ந்து வெளியே போயிட்டு வா." இதை சரவணனிடம் சொன்னதோடு அல்லாமல், அப்பா இறந்த பிறகு வெளியே செல்லாத அம்மா இப்பொழுது வெளியே செல்ல ஆரம்பித்தாள்.

ஒரு மாதம் கழித்து ஊரில் எல்லோரும் இதை மறந்துவிட்டிருந்தார்கள். மறுபடியும் வாழ்க்கை சகஜ நிலைக்கு வந்துவிட்டது என்று சரவணன் எண்ணும்போது அடுத்த குண்டு விழுந்தது.

ஒரு நாள் அதிகாலை பெரியப்பா, சித்தப்பா, அத்தை எல்லோரும் சரவணன் வீட்டிற்கு வந்தார்கள். வீட்டுக்குள் நுழைந்தவுடன் அத்தை, "ஐயோ. ஐயோ. பணத்துக்கு ஆசப்பட்டு என் அண்ணனை கொன்னுட்டியேடா", என்று சரவணனின் சட்டையை பற்றிக்கொண்டு உலுக்க ஆரம்பித்தாள். என்ன நடக்கிறது என்று யாருக்கும் புரியவில்லை. அத்தையின் கூச்சலை கேட்டு அக்கம் பக்கத்தில் இருந்தவர்கள் எல்லாம் கூடிவிட்டார்கள்.

கூச்சல் எல்லாம் சற்று ஓய்ந்த பிறகு நடந்தது என்ன என்று தெரிய வந்தது. சரவணனுக்கு அவன் அப்பாவின் துரோகம் முன்பே தெரிந்து விட்டதாகவும், அவன் தான்

அப்பாவை கொன்றுவிட்டான் என்றும் யாரோ புரளி கிளப்பிவிட்டிருக்கிறார்கள். இந்த சண்டையைப் பற்றி கேள்விப்பட்ட சரவணனின் வக்கீல் அவன் வீட்டுக்கு வந்தார். அவர் பெரியப்பாவை பார்த்து, “உங்களுக்கு இவ்வளவு வயசாகியும் எந்த விஷயமும் நிதானமா யோசிக்கணும்னு தொணலையா? யாரோ சொன்னாங்கன்னு அநியாயமா இந்த பையன் மேல இப்படி ஒரு பழிய போடறீங்க. இத பாருங்க. நடந்தது இதுதான். மதியம் ஒரு மணி வரை சரவணன் அவன் அப்பாவுடன் இருந்தான். அவன் கிளம்புற வரையிலும் காத்திருந்த திருநெல்வேலி வக்கீல், அவன் கிளம்பியதும் அறைக்குள் வந்து சரவணனின் அப்பாவிடம் ஒரு பத்திரத்த கொடுத்திருக்காரு. இத ஒரு நர்ஸ் பார்த்திருக்கா. அப்புறம் சரவணன் அம்மா வந்து அப்பா நிலைமை மோசமாயிட்டதைப் பாத்து அழுது டாக்டரைக் கூப்பிட வீட்டுல இருந்த சரவணனை போன் பண்ணி வரச் சொல்லியிருக்காங்க. அப்பா இறந்த சமயம் சரவணன் அங்க இல்ல. நீங்க இப்படி பேசி ஒரு சின்ன பையன் வாழ்க்கைய நாசமாக்குறீங்க. உங்களுக்கெல்லாம் வெக்கமா இருக்கணும்”, என்று கூறிவிட்டு எல்லோரையும் அங்கிருந்து வெளியே அனுப்பினார்.

அந்த சம்பவத்துக்கு பிறகு சரவணன் வெகுவாக மாறிவிட்டான். எல்லோருடன் கலகலப்பாக பேசுபவன் இப்பொழுது மௌனமாக இருந்தான். அம்மாவும் மாமாவும் எவ்வளவு சொல்லியும் வேலையை விட்டுவிட்டான். இரண்டு நாட்களுக்கு ஒரு முறை குளித்தான். சில வேளைகள் சாப்பிட மறுத்தான். அவன் டீப் டிப்ரெஷனில் இருப்பதாக டாக்டர் சொன்னார்.

ஒரு நாள் மதியம் மாமா சரவணனிடம், “சரவணா, நமக்கு நல்ல காலம் பொறக்கப் போகிறது. இன்னிக்கி

ராத்திரி நாம நாகர்கோவிலுக்கு புறப்படுறோம். அக்கா நீயும் எங்களோட வர", என்றார்.

"நாகர்கோவில்ல என்னடா?"

"அங்க ஒரு மாந்த்ரீகன பாத்திருக்கேன். அவர் ஆவிகள வரவழைப்பாராம். மாமா ஆவிய வரவழைச்சு அவர் கிட்டயே அவர் ஏன் இப்படி செஞ்சார், எப்படி செத்தார், உயில் விஷயம் என்னன்னு கேட்டுடலாம். அவர் சொன்னா எல்லார் வாயும் மூடவேண்டியதுதான். அதுக்கப்புறம் யாரும் அத பத்தி பேசக்கூடாது"

பீதி கலந்த குரலில் அம்மா கேட்டாள், "ஏன்டா. ஆவி பேய் பிசாசுன்னு இதெல்லாம் எங்கடா போய் முடியும். இதெல்லாம் நல்லதுக்காடா?"

மாமா பதில் சொல்வதற்கு முன் சரவணன், "நாம போலாம் மாமா. நா என் அப்பாவோட பேசணும்", என்றான். அவனுக்கு இப்பொழுது புதிதாக தெம்பு வந்திருந்தது.

அன்று மாலை சரவணன், அவன் அம்மா, மாமா, பெரியப்பா, சித்தப்பா, அத்தை என்று எல்லோரும் நாகர்கோவில் கிளம்பினார்கள். நாகர்கோவிலில் மாந்த்ரீகனை பார்த்ததும் அவர்களுக்கு ஏமாற்றமாக இருந்தது. பரட்டை முடியுடன், வெள்ளை தாடியுடன் வயதான ஒருவரை எதிர்பார்த்த அவர்களுக்கு முன் காவி வெட்டி உடுத்திய ஒரு இளைஞன் நின்று கொண்டிருந்தான்.

"எங்க அப்பா ஆவிய உங்களால வர வைக்க முடியுமா. நான் அவரோட பேசணும்" என்று சரவணன் அவனிடன் கேட்டான்.

மாந்த்ரீகன் சற்று நேரம் ஆகாயத்தை உற்றுப் பார்த்தான். பிறகு, "ஆவிகளை எப்படி அழைப்பது என்று எனக்கு

தெரியும். ஆவிகள் என் அழைப்பை கேட்டு வரும் என்ற உத்தரவாதத்தை என்னால் குடுக்க முடியாது. அவர் வந்தா அது உங்க குடுப்பினை", என்றான்.

அன்று இரவு எல்லோரும் ஒரு பெரிய அறையில் கூடினார்கள். அறை நடுவில் ஒரு ஹோமகுண்டம் வைக்கப்பட்டிருந்தது. அதன் அருகில் வறட்டியும் விறகுகளும் இருந்தன. ஒரு பெரிய பாத்திரம் முழுக்க நெய் வைக்கப்பட்டிருந்தது. சந்தனமும் குங்குமமும் தடவிய இரண்டு பெரிய குத்துவிளக்குகள் இரண்டு பலகைகளுக்கு முன் வைக்கப்பட்டிருந்தன. ஹோமகுண்டத்தின் அருகில் ஒரு பெரிய பலகை வைக்கப்பட்டிருந்தது.

அந்தப் பெரிய பலகையில் மாந்த்ரீகன் உட்கார்ந்தான். குத்துவிளக்குகளுக்கு அருகில் உள்ள பலகைகளில் சரவணனையும் அவன் அம்மாவையும் உட்காரச் சொன்னான். மற்ற உறவினர்களை சற்று தூரத்தில் உட்கார சொல்லிவிட்டு, "இத பாருங்க. ஆவி வந்தா சரவணனும் அவன் அம்மாவும் மட்டும்தான் பேசணும். வேற யாரும் பேசக்கூடாது. வேற யாராவது பேசினா என்ன ஆகும்னு என்னால சொல்ல முடியாது". பிறகு சரவணனையும் அவன் அம்மாவையும் பார்த்து, "எந்த காரணத்துக்காகவும் நீங்க ஆவியோட பேச வேண்டாம்னு நினைச்சா குத்துவிளக்க தள்ளிவிடுங்க. அதை தள்ளினா ஆவி மறஞ்சிடும். பிறகு அழைச்சாலும் வராது" என்றான்.

மின் விளக்குகள் அணைக்கப்பட்டதும் அறை முழுவதும் இருள் கவிந்தது. எல்லோருக்கும் பயமாக இருந்தது. மாந்த்ரீகன் ஹோமகுண்டத்தில் நெருப்பை மூட்டினான். நெருப்பின் வெளிச்சத்தில் சரவணனின்

கண்களில் இருந்த எதிர்பார்ப்பும், அவன் அம்மாவின் கண்களில் இருந்த பீதியும் நன்றாக தெரிந்தது.

மந்திரங்கள் சொல்லிக்கொண்டே மாந்த்ரீகன் தீயை வளர்த்தான். அக்னி ஜ்வாலை மேலெழுந்தது. நெய் ஊற்ற ஊற்ற தீ உயர்ந்தது. மாந்த்ரீகனின் குரல் உயர ஆரம்பித்தது. எல்லோரும் தீக்கு கட்டுப்பட்டவர்கள் போல் உற்றுப் பார்த்துக்கொண்டிருந்தார்கள்.

மெதுவாக தீயில் ஏதோ உருவம் தெரிவது போல் இருந்தது. இதை கண்ட சரவணனின் கண்கள் பிரகாசமடைந்தன. எல்லோரும் நிமிர்த்து உட்கார்ந்தார்கள். பயம் கலந்த எதிர்பார்ப்பு எல்லோர் கண்களிலும் தெரிந்தது. மாந்த்ரீகன் நெய் ஊற்றி மந்திரங்களை உரக்கச் சொல்ல, "அப்பா" என்று சரவணன் உரக்க கத்தினான். எல்லோரும் நெருப்பில் தோன்றிய முகத்தை ஆச்சரியத்துடன் பார்த்தார்கள்.

"அப்பா" என்று சரவணன் மறுபடியும் அழைத்தான்.

அந்த முகம் சரவணனை உற்று நோக்கியது. "நீங்கதானா அப்பா?". சரவணன் நம்ப முடியாமல் கேட்டான்.

உருவம் தலையசைத்தது.

சரவணனுக்கு எப்படி ஆரம்பிப்பது என்றே புரியவில்லை. அவன் அம்மாவை பார்த்தான். அவள் கோபமாக நெருப்பைப் பார்த்துக் கொண்டிருந்தாள். சரவணனுக்கு அவள் முகத்தைப் பார்க்க பயமாக இருந்தது.

அவன் மறுபடியும் அந்த உருவத்தைப் பார்த்து கேட்டான், "அப்பா. உங்கள யாரோ கொன்னுட்டாங்கன்னு சொல்றாங்க. அது உண்மையா?"

அந்த உருவம் குலுங்கிக் குலுங்கி ஆழ ஆரம்பித்தது. இவர்களுக்கு சத்தம் கேட்கவில்லை என்றாலும், அந்த உருவம் அழுவது நன்றாக தெரிந்தது. உறவினர்கள் உட்கார்ந்திருந்த இடத்தில் சலசலப்பு ஏற்பட்டது. மாந்த்ரீகன் அவர்களை நோக்கி முறைத்த பிறகு அங்கு அமைதி நிலவியது.

சரவணன் ஆச்சரியமும் பயமும் கலந்த கண்களுடன் அந்த உருவத்தைப் பார்த்தான். மெதுவாக உருவம் அழுவதை நிறுத்தியது. சரவணன் அதை நோக்கி, "அப்பா, உங்கள கொன்னது யார்?", என்று கேட்டான்.

குனிந்த தலையை அந்த உருவம் நிமிர்த்தும்பொழுது அம்மாவின் முன் வைக்கப்பட்டிருந்த குத்துவிளக்கு கீழே விழுந்து உருண்டது. நெருப்பில் தெரிந்த உருவம் மெல்ல மறைந்தது.

இதுவொரு அதிசய உலகம்

மளிகை கடையை கடக்கும்பொழுது மீண்டும் அதே கேள்வி, "நர்சிங் வந்தானா?" இந்த கேள்வி சிதம்பரத்திற்கு எரிச்சல் தந்தது. "அப்பா, நாம பெங்களூருல இருக்கோம். நமக்கு நர்சிங்ன்னு யாரையும் தெரியாது. நாம இருக்கற இடம் மல்லேஷ்வரம். நான் உன் பிள்ளை, சிதம்பரம். நீ பி.எஹ்.ஈ.எல்ல வேலை செஞ்சு ரிடயர் ஆயிட்டே. நமக்கு நர்சிங்ன்னு யாரையும் தெரியாது."

சிதம்பரத்தின் தந்தை சண்முகம் ஐந்து ஆண்டுகளுக்கு முன்பு வேலையிலிருந்து ஓய்வு பெற்றார். பிறகு ஒரு தனியார் நிறுவனத்தில் கன்சல்டன்ட்டாக பணி புரிந்தார். அந்த வேலையை விட்ட பிறகு அவருக்கு டிமென்ஷியா வந்தது. அல்ஜேமர்ஸ் நோயும் வரும் அறிகுறி இருக்கிறது என்று டாக்டர்கள் சொன்னார்கள். இப்பொழுது அவருக்கு மறதி முற்றி விட்டிருந்தது. சிதம்பரத்தின் அப்பாவும், அம்மாவும் ஒரு குடியிருப்பில் தனியாக இருந்தார்கள். தினமும் மாலை வேளையில் சிதம்பரம் அங்கு சென்று அப்பாவை வாக்கிங் கூட்டிக்கொண்டு போவது வழக்கம். அந்த மளிகைக் கடையை கடக்கும் பொழுது, அப்பா தவறாமல் கேட்கும் கேள்வி, "நர்சிங் வந்தானா?"

"யாரும்மா இந்த நர்சிங்?" என்று தன் அம்மாவிடம் சிதம்பரம் கேட்டான். "தெரியலடா. பேர கேட்டா ஏதோ

தெலுங்கு ஆளு பேரு போல இருக்கு. கல்யாணத்துக்கு முன்ன அப்பா ஹைத்ராபாத்ல வேலைல இருந்தாரு. அங்க அவருக்கு தெரிஞ்ச ஆளா இருக்கலாம்."
"உன்கிட்ட இந்த பேர எப்பவும் சொன்னதில்லையா?"
"இல்ல. எந்த காலத்து நினைவோ தெரியல." "அது எப்படி எந்த காலத்து நினைவோ மனசுல தங்கி இருக்கு? நாம யாருன்னு அவருக்கு தெரியல. ஏதோ ஒரு நர்சிங் பற்றி தினமும் கேக்குறாரு. ஒரே விசித்திரமா இருக்கு."

சிதம்பரத்துக்கும், அவன் அம்மாவுக்கும் இந்த நோயை எப்படி எதிர்கொள்வது என்று புரியவில்லை. முதலில் அவர்கள் ஏதோ சிலவற்றை சண்முகம் மறந்துவிடுவார் என்றும் பலது அவர் நினைவில் இருக்கும் என்றும் நம்பினார்கள். டாக்டர்கள் இதை இர்ரிவர்சிபில் வியாதி என்று சொன்ன போதும் அப்பாவை குணப்படுத்திவிட முடியும் என்றே நினைத்தார்கள். ஒருவர் வாழ்க்கையில் நடந்ததை முழுவதுமாக மறந்துவிட முடியும் என்பதை அவர்கள் நம்பவில்லை. தனக்கு வெகு நெருக்கமானவர்களையும் அடையாளம் கண்டு கொள்ளாமல் இருக்கக்கூடும் என்பதையும் அவர்கள் மனம் ஏற்க மறுத்தது.

ஆனால் டாக்டர்கள் சொன்னது போல், சண்முகம் எல்லாவற்றையும் மறக்க ஆரம்பித்தார். இப்பொழுது அவருக்கு தன் மனைவி லக்ஷ்மி யார், தன் மகன் யார், அமெரிக்காவில் இருக்கும் தன் பெண் யார் என்பது எதுவும் நினைவில் இல்லை. யாரோ தனக்கு சாப்பிடத் தருகிறார்கள், தான் சாப்பிட வேண்டும். இதுதான் அவர் மனதில் ஓடிக்கொண்டிருப்பது போல் இருந்தது.

நோய் முற்ற, அவர் அடிக்கடி கோபம் கொள்ள ஆரம்பித்தார். அவருக்கு உணவு கொடுப்பது

பெரும்பாடாக ஆனது. சில சமயங்களில் தட்டை தட்டி விடுவார். வீட்டை விட்டு வெளியே போகப் பார்ப்பார். யாராவது தடுத்தால் அவர்களை வேகமாக தள்ளிவிடப் பார்ப்பார். அம்மாவுக்கு துணையாக ஒரு பெண்மணியை சிதம்பரம் அமர்த்தியிருந்தான். சில சமயங்களில் இருவர் பிடித்துக் கொண்டாலும் திமிறிக் கொண்டு வீட்டை விட்டு வெளியேறப் பார்ப்பார். "நாளுக்கு நாள் உங்க அப்பா கோவம் அதிகம் ஆவுது தம்பி" என்று வேலைக்கு வைத்திருந்த பெண்மணி கூறினாள்.

இப்படி இருந்தபொழுதும், சிதம்பரமும் அவன் அம்மாவும், அப்பாவிற்கு பழையதை நினைவுபடுத்திக் கொண்டே இருந்தார்கள். "இதுனால ஏதாவது உபயோகமுண்டா?' என்ற சிதம்பரத்தின் கேள்விக்கு, அம்மா, "ஏதோ ஒண்ணு நடந்தது அவர் மனசில் ஒரு மூலையில் ஒட்டிக்கொண்டிருக்கும். அதை நாம அவருக்கு சொன்னா, அவர் நினைவு திரும்பி வரலாம். ஒரு அஞ்சு நிமிஷத்துக்கு அவர் யாருனு புரிஞ்சி, நாம யாருன்னு அவருக்கு நினைப்பு வந்தா போதும். மறுபடியும் ஒரு முறை என்ன லக்ஷ்மின்னு கூப்பிடணும். அதுதான் என் பிரார்த்தனை. நாம செய்யறதைச் செய்வோம்" என்றாள். சிதம்பரமும் முடிந்த பொழுதெல்லாம் அப்பாவுக்கு தான் யார் என்பதை நினைவூட்டிக்கொண்டே இருந்தான். இருப்பினும் அவர் ஒரே ஒரு கேள்வி தான் கேட்டார், "நர்சிங் வந்தானா?"

"வள்ளி டிக்கெட் புக் பண்ணிட்டாளாம். அடுத்த வாரம் வருவா" என்று அம்மா சொன்னாள். வள்ளி சிதம்பரத்தின் அக்கா. அவள் அப்பாவை போல் 'மெக்கானிக்கல் இஞ்சினியர் ஆகவேண்டும் என்று ஆசைப்பட்டு படித்து, இப்பொழுது சிதம்பரம் போல் அவளும் ஐ.டி. நிறுவனத்தில் கணவனுடன்

அமெரிக்காவில் இருக்கிறாள். அப்பாவை பார்க்க வரவேண்டும் என்று அவள் நினைத்தபொழுது உலகமே கொரோனா வியாதியின் காரணமாக மூடப்பட்டது. நான்கு வருடங்களுக்குப் பின் இப்பொழுதுதான் அவளால் வரமுடிகிறது. "ஏண்டா, அவளையாவது நேர்ல பாக்குறப்போ உங்க அப்பாவுக்கு அடையாளம் தெரியுமா?" என்ற அம்மாவின் கேள்விக்கு, "தெரிஞ்சா நல்லா இருக்கும்" என்று சிதம்பரம் பதில் கூறினான்.

"இத பார் சிது. உங்க அக்கா வந்து உன் அப்பா அம்மாவை நம்ம கூடவே வச்சிக்க சொன்னா நீ முடியாதுன்னு ஸ்டராங்கா சொல்லு. இங்க என்னால வேலைக்கு போயி, ரெண்டு குழந்தைகளையும் பாத்துண்டு உங்க அம்மா அப்பாவையும் பாத்துக்க முடியாது. நீ தினமும் அங்க போ. எவ்வளவு நேரமானாலும் அவங்களோட இரு. ஆனா அவங்கள இங்க கொண்டு வரத பத்தி யோசிக்காத. அத நான் நடக்க விடமாட்டேன். சொல்லிட்டேன்" என்று சிதம்பரத்தின் மனைவி ஷ்வேதா சொல்லி விட்டாள். வள்ளி என்ன சொல்லப் போகிறாளோ என்ற அச்சம் சிதம்பரத்திற்கும் ஷ்வேதாவிற்கும் இருந்தது. "இதுக்கு மேல நம்மால ஒன்னும் செய்ய முடியாது. உங்க அக்கா இது சரியில்ல அது சரியில்லன்னு ஏதாவது சொன்னா அவளை இந்தியாவுக்கு திரும்பி வர சொல்லு. அவ சொல்றத எல்லாம் கேட்டுக்கொண்டு சும்மா நிக்காத" என்று ஷ்வேதா அறிவுரை கூறினாள

வள்ளி அப்பாவை வந்து பார்க்கும் நாளை லக்ஷ்மி வெகுவாக எதிர்பார்த்துக் கொண்டிருந்தாள். தன் கணவனுக்கு ஆசை மகளை பார்க்கும்பொழுது சற்று நினைவு திரும்பாதா என்ற ஒரு நப்பாசை அவளுக்குள் இருந்தது. ஆனால் அவளுக்கு ஏமாற்றம் தான் மிஞ்சியது.

தான் மிகவும் நேசித்த மகளை அப்பா அடையாளம் கண்டுகொள்ளவில்லை. இவ்வளவு வருடங்கள் அடக்கி வைத்திருந்த கண்ணீர் அன்று வெளிவந்தது. தன் மகளை இறுக்கமாக கட்டிக்கொண்டு லக்ஷ்மி கேவிக்கேவி அழுதாள்.

அடுத்த நாள் மாலை சிதம்பரம் அப்பாவுடன் வாக்கிங் கிளம்பும்பொழுது வள்ளியும் சேர்ந்து கொண்டாள். மளிகை கடையை கடக்கும்பொழுது அப்பா, "நர்சிங் வந்தானா?" என்று கேட்டார். சிதம்பரம் பதில் கூறுவதற்குள், வள்ளி, "காலைல வந்தானே" என்று கூறினாள்.

"ஓ. ஸைன் வாங்கிண்டு போனானா?"

"ஆமாம்."

"அப்படின்னா சரி. நான் ஸைன் போட்டாதான் லாரிய கேட் வெளியிலே விடுவான்"

"அவன் சொன்னான்."

சற்று தூரம் அப்பா மௌனமாக வந்தார். அவர் முகத்தில் பல நாட்களுக்குப் பிறகு சிதம்பரத்தால் சிரிப்பை பார்க்க முடிந்தது. சிறிது நேரம் கழித்து, "அந்த ஸ்ரீநிவாஸ் ரெட்டி இன்னிக்கி வரமாட்டான்."

"அப்படியா? ஏன்?" வள்ளி கேட்டாள்

"அவன் பெண் பார்க்க போறான்."

"நீங்க எப்போ கல்யாணம் கட்டிக்க போறீங்க?"

அப்பா உரக்க சிரித்தார். "அப்பா அம்மா பெண் தேடறாங்க. பார்போம்."

வாக்கிங் முடியும் வரை சிதம்பரம் அறியாத பலரைப் பற்றி அப்பா கேட்க, வள்ளி அவர்களை அறிந்தவள் போல் பதில் அளித்துக் கொண்டிருந்தாள்.

அப்பா சிரித்துக் கொண்டிருப்பதை பார்ப்பதற்கு மகிழ்ச்சி அளித்தாலும், வள்ளி செய்வது சரியில்லை என்று சிதம்பரத்துக்குப் பட்டது. அம்மாவும் இவனும் அவரை இந்த உலகத்தில் வைத்திருக்க வேண்டும் என்று பாடுபட்டுக் கொண்டிருக்கும்போது வள்ளி அவரை வேறொரு உலகத்துக்கு கொண்டு செல்கிறாள். வள்ளி ஒரு மதியம் வீட்டுக்கு வந்தாள். அவளிடம் சிதம்பரம், "வள்ளி. நீ அப்பாகிட்ட அவர் சொல்றதெல்லாம் நிஜம்ன்னு நினைக்கற போல நடந்துக்கற. இது அவர் மறதியை இன்னும் அதிகமாக்கும். நாங்க அவர இந்த நிஜ உலகத்துக்கு கொண்டு வரணும்னு பாக்கறோம். அவருக்கு எங்களை தெரியாமலே போயிடும்னு பயமா இருக்கு" என்றான்.

வள்ளியின் சிரித்தாள். "சிது, ஒருவர் மனதில் என்ன நினைக்கிறாரோ அதுதான் அவருடைய உலகம். நமக்கு இந்த உலகம் எவ்வளவு நிஜமோ அதே போல் ஸ்ரீநிவாஸ் ரெட்டியும் நர்சிங்கும் வாழும் உலகம் அவருக்கு நிஜம். நாம எவ்வளவு படுத்தினாலும் அவர நம்ப உலகத்துக்கு கொண்டுவர முடியாது, அவருக்கு இங்க யாரோடயும் ஒட்டாது நாமும் கஷ்டப்பட்டுக்கிட்டு அவரையும் கஷ்டப்படுத்தறதுக்கு பதிலா நாம அவர் உலகத்துல அவரோட சேர்ந்து இருக்கலாம் இல்லையா?" என்றாள்.

அன்று மாலை சிதம்பரத்தை பார்த்தவுடன் அப்பா கேட்டார், "ராகவ் ராவ் ரா மெட்டீரியல் ரிலீஸ் பண்ணிட்டானா?"

ஒரு நொடி வள்ளியை உற்று நோக்கிவிட்டு, சிதம்பரம் சொன்னான், "நாளை காலைலதான் ரிலீஸ் பண்ணுவேன்னு சொல்றாரு."

நட்பின் பாரம்

கதவை திறந்த மேரியைப் பார்த்து, "என்ன வெய்யில்பா இந்த ஊர்ல" என்று கூறிவிட்டு, ஹாலுக்குள் நுழைந்து, கையிலிருந்த காகிதப்பைகளை சென்டர் டேபிள் மீது வைத்துவிட்டு, ஏஸி' ஸ்விட்ச்சை ஆன் செய்து, ஃபேனுக்கு அடியில் உட்கார்ந்தாள் ஜெயா. மேரியைப் பார்த்து சிரித்துக்கொண்டே பாயல் உள்ளே நுழைந்தாள். "ஷாப்பிங் முடிஞ்சா?" என்று கேட்ட மேரியிடம், "எங்க. நாளைக்கும் போகணுமாம்." என்றாள்.

டைனிங் மேஜை மேல் பைகளை வைத்துக்கொண்டிருந்த பாயலைப் பார்த்து, "ஃபிரிஜ்லேர்ந்து ஒரு பீர் எடு" என்றாள் ஜெயா. மேரி பீர் கேன் எடுத்து ஜெயாவுக்கு கொடுத்தாள்.

"நீ எதுக்கு கொடுக்கற? அவளே வந்து எடுத்துக்கட்டும்" என்றாள் பாயல்.

"சரி விடுப்பா" என்றாள் மேரி.

"நீ சும்மா இருப்பா. மேரி வீடு எங்க அம்மா வீடு மாதிரி" என்றாள் ஜெயா.

"என்னப்பா உங்க ஊரு இப்படி சுடுது" என்று கேட்ட ஜெயாவைப் பார்த்து மேரி சிரித்தாள்.

"நீ எங்க சுவிட்ஸர்லேண்ட்லயா பொறந்த?"

“எங்க பெங்களூர வந்து பாரு பா. இப்போ சுவிட்ஸர்லேண்ட் போலதான் இருக்கும். அடுத்த வருஷத்துலேர்ந்து நாம பெங்களூர்ல சந்திப்போம்” என்றாள் ஜெயா. “எங்க. உங்க வீட்லயா? அங்க நாம தைரியமா தண்ணி அடிக்கலாமா?” என்று பாயல் கேட்டாள். “அந்த விஷயத்துல பெங்களூரு ஒரு தொல்ல பா” என்றாள் ஜெயா. “ஊர் முழுக்க தண்ணி அடிக்குது, ஆனா உன்னால முடியல” என்று சொல்லிவிட்டு மேரி சிரித்தாள். “இமேஜ் மெயின்டய்ன் பண்ணனும். என்ன பண்ண.”

ஏஸீயின் ரீங்காரம் இப்பொழுது தெளிவாக கேட்டது. குளிர் காற்று ஹாலை நிரப்ப ஆரம்பித்தது. வெளியில் சூரியன் மறையும் முன் வானத்தில் வண்ணங்களை பூசிக்கொண்டிருப்பதை அந்த அபார்ட்மெண்டின் ஐந்தாவது மாடியிலிருந்த அந்த மூவரால் பார்க்க முடியவில்லை. அவர்கள் ஜன்னலை கர்டனால் சாத்தியிருந்தார்கள். ஹால் இருட்டத் தொடங்கியவுடன் மேரி விளக்கை போட்டாள். ட்யூப் லைட் வெளிச்சத்தில் அந்த ஹால் மூலையில் கண்ணாடி அலமாரிக்குள் உயர்தர மதுபுட்டிகள் பளபளத்தன. அதே அலமாரியின் இன்னொரு ஷெல்ஃபில் உயர்ரக கண்ணாடி கோப்பைகள் வரிசையாக வைக்கப்பட்டிருந்தன. அலமாரிக்கு மேல் வட்ட கடிகாரம் மணி ஆறு என்பதை காட்டியது. வீடு திரும்பும் பறவைகள் ஓசையை, வீடு திரும்பும் கார்களின் ஓசை மூழ்கடித்தது. லெதர் சோஃபாவில் ஜெயா ஒய்யாரமாக சாய்ந்தபடி பீர் குடித்துக் கொண்டிருந்தாள். ஆளுயர ஃபிரிஜ் அருகில் தேக்கு மரத்தால் செய்யப்பட்ட டைனிங் மேஜைக்கு அருகில் மேரியும் பாயலும் உட்கார்ந்திருந்தார்கள். ஃபிரிஜ்ஜுக்கு பின்புறம் இருந்த சமயலறை இருட்டில் மூழ்கியிருந்தது.

ஜெயாவின் தலைக்குப் பின் சுவரில் பெரிய ஓவியம் மாட்டப்பட்டிருந்தது.

"கோவிட் மட்டும் வரவில்லை என்றால், சில்வர் ஜூப்ளி கொண்டாடியிருப்போம்" என்றாள் மேரி. "ஆமாம். ரெண்டு வருஷம் நாம சந்திக்காமலே இருந்திருக்கோம். இந்த வருஷமாவது முடிந்ததே" என்றாள் பாயல். "நாம் இப்படி வருஷா வருஷம் சந்திப்பதை பார்த்து யாரோ பொறாமைப் பட்டிருக்காங்க. அதுக்குதான் கோவிட் வந்து நம்மை சந்திக்கவிடாம செஞ்சிது" என்றாள் ஜெயா. மேரியும் பாயலும் உரக்க சிரித்தார்கள். "அவனவன் சைனாக்காரன் தான் கோவிட்ட பரப்பி விட்டாங்கன்னு சொல்றான். நீ என்னன்னா நம்ம உறவுகாரங்க யாரோ தான் கோவிட்டுக்கு காரணம்னு சொல்ற" என்று சொல்லிவிட்டு மேரி சிரித்தாள்.

அதை கேட்காதது போல் ஜெயா, "எனக்கு இன்னொரு பீர் வேண்டும்" என்றாள். மேரி எழுந்து சென்று ஃபிரிஜ்ஜிலிருந்து ஒரு பீர் கேன்னை எடுத்து ஜெயாவிடம் கொடுத்தாள். பிறகு பாயலை பார்த்து, "ஜின் ஆர் வைன்?" என்று கேட்டாள். "வைன்". மூலையிலிருந்த அலமாரிக்குச் சென்று வெவ்வேறு வடிவங்களில் இரண்டு கண்ணாடி கோப்பைகளை எடுத்தாள். பிறகு ஒரு விஸ்கி பாட்டிலும் வைன் பாட்டிலும் எடுத்தாள். பாயல் வந்து கோப்பைகளை வாங்கிக்கொண்டாள். இருவரும் டைனிங் டேபிள் மேல் பாட்டிலையும் கோப்பைகளையும் வைத்துவிட்டுஅருகில் உட்கார்ந்து கொண்டார்கள். ஏதோ ஞாபகம் வந்தது போல் மேரி எழுந்து சென்று ஃபிரிஜ்ஜிலிருந்து ஐஸ் கட்டிகள் நிரம்பிய பாத்திரம் ஒன்றை கொண்டுவந்து டைனிங் டேபிள் மேல் வைத்தாள். பிறகு ஒரு கோப்பையில்

வைன்னையும் இன்னொரு கோப்பையில் விஸ்கியையும் ஊற்றினாள். விஸ்கி கோப்பைக்குள் இரண்டு ஐஸ் கட்டிகளைப் போட்ட பிறகு கோப்பையை மேலே உயர்த்தி, "சீர்ஸ்" என்றாள். பாயல் தன் கோப்பையால் மேரியின் கோப்பையை மெதுவாக தொட்டு "சீர்ஸ்" என்றாள். தான் உட்கார்ந்திருந்த இடத்திலிருந்து பீர் கேன்னை மேலே தூக்கி "சீர்ஸ்" என்றாள் ஜெயா.

வைன்னை மெதுவாக ருசித்தபடி பாயல், "நாம மூணு பேருமே ஹைத்ராபாத்ல இருந்தா இது போல அடிக்கடி சந்திக்க முடியும். எம்.டி. வரைக்கும் ஒண்ணா படிச்சோம். இந்த கல்யாணம்னு ஒண்ணு நடக்கலைன்னா இங்கயே இருந்திருக்கலாம். கல்யாணம் செஞ்சிட்டு ஒண்ணும் சாதிக்கல" என்றாள். "மேரேஜ் இஸ் அ வேஸ்ட் ஆஃப் டைம்" என்றாள் மேரி. ஜெயாவுக்கு போதை சற்று ஏறியது போல் இருந்தது. "நோ" என்று உரக்க சொன்னாள். "உங்களுக்கு அப்படி இருக்கலாம். எனக்கு அப்படி இல்ல. மை பிரகாஷ் லவ்ஸ் மீ. யெஸ். ஹி லவ்ஸ் மீ"

மேரியும் பாயலும் ஒருவரை ஒருவர் பார்த்துக் கொண்டனர். சற்று நேரத்துக்கு மௌனம் நிலவியது. அவர்கள் இருவரும் மதுவை ரசித்து அருந்திக் கொண்டிருந்தார்கள். சமையலறைக்குச் சென்று சிப்ஸ் பாக்கெட் ஒன்றை மேரி கொண்டு வந்து அதில் பாதியை ஒரு தட்டில் கொட்டி ஜெயாவின் முன் வைத்தாள், மீதியை மேஜை மேல் வைத்தாள். ஜெயா அதற்குள் பீரை குடித்து விட்டிருந்தாள். "இன்னொரு கேன்" என்றாள். "மெதுவா குடி இல்லைனா போதை ஏறிவிடும்" என்று சொன்ன மேரியிடம், "போதை ஏறத்தானே குடிக்கிறது" என்றாள். அவளுக்கு இன்னொரு பீர் கேனை கொடுத்தாள் மேரி.

எஸ்.சுரேஷ்

ஜெயாவுக்கு போதையேறிக்கொண்டிருப்பதை மேரியும் பாயலும் கவனித்தார்கள். அவள் வாய் சற்று குழற ஆரம்பித்தது. “மேரேஜ் இஸ் அ வேஸ்ட் ஆஃப் டைம், மேரேஜ் இஸ் அ வேஸ்ட் ஆஃப் டைம்” என்று சொல்லிவிட்டு சிரிக்க ஆரம்பித்தாள். சட்டென்று சிரிப்பை நிறுத்திவிட்டு, “நாட் ஃபார் மீ, நாட் ஃபார் மீ”, என்று உரக்க சொன்ன பிறகு, “பிரகாஷ் இஸ் எ ஜெம். அவன போல ஒருத்தன் உங்களுக்கு கிடைக்கல. அதுக்கு தான் கல்யாணம் வேஸ்ட்ன்னு சொல்றீங்க. உங்களுக்கு அதிர்ஷ்டம் இல்ல. அதுதான் உண்மை. பிரகாஷ் மாதிரி ஒருத்தன் உங்களுக்கு கிடைக்கல, எனக்கு கிடைச்சான். அதுதான் உண்மை. யெஸ். தட் இஸ் தி ட்ரூத். உங்களுக்கு அப்படி ஒருவன் கிடைச்சிருந்தா நீங்களும் என்ன மாதிரி பெரிய ஹாஸ்பிடல் கட்டியிருப்பீங்க. யெஸ். ஐ ஆம் பெட்டர் ஆஃப் தான் யூ. பிரகாஷ், ஐ லவ் யூ”

தன்னை உற்றுப் பார்த்த பாயலின் கண்களை மேரி தவிர்த்தாள். “மேரி, பிளீஸ் மேரி. ஜெயா கிட்ட இத சொல்லாத. உன்ன கெஞ்சி கேட்டுக்கறேன். பிளீஸ்”

“நீ தான் ஜெயாவோட தினமும் கூத்தடிக்கிற. என் மேல ஏண்டா கைய வெச்ச?”

“சாரி, சாரி சாரி. என்ன மன்னிச்சிடு. அவளுக்கு சொல்லிடாத”

“வெக்கமா இல்லடா உனக்கு? அவ என்னோட பெஸ்ட் ஃப்ரெண்ட். அது தெரிஞ்சிருந்தும் நீ இப்படி செய்யர. என்ன மாதிரி பொறுக்கிடா நீ?”

“சாரி, சாரி, உங்க சைட்ல இதெல்லாம் சகஜம்தான்னு அப்படி செஞ்சிட்டேன். நான்....”

“என்னடா சொன்ன, யூ சன் ஆஃப் எ பிட்ச். பண்றத பண்ணிட்டு என்ன பேச்சு பேசற.”

“மேரி, ஐ பெக் யூ. உன்ன கெஞ்சிக் கேட்டுக்கறேன். ஐ ஆம் சாரி. ஐ ஆம் சாரி. இனிமே இப்படி நடக்காது.”

பாயல் மேரியை உற்று நோக்கிக்கொண்டிருந்தாள்.

“ஜெயாகிட்ட சொல்லுடி. அந்த ஆளு அவளுக்கு தேவையில்லை. கொஞ்சம் நாள் முன்னால தான், கவிதா கிட்ட ஏதோ பண்ண போயி செருப்படி வாங்கினான். இப்போ உன் மேலயே கைய வெக்கறான். நீ போய் ஜெயாவுக்கு சொல்லு.”

“வேணாம்டி. கவிதா ஜெயாவுக்கு சொன்னா. என்ன ஆச்சு? இப்போ அவங்க ரெண்டு பேரும் பேசிக்கிறதில்லை. நம்ம இன்னும் ரெண்டு மாசத்துல பட்டப்படிப்ப முடிச்கிட்டு, ஒவ்வொருவர் ஒவ்வொரு திசைல போக போறோம். இப்போ எதுக்கு இந்த சண்டையெல்லாம்?”

ஜெயா, மேரியைப் பார்த்து, “மேரி, இன்னொரு பீர்” என்றாள். இரண்டு பீர் கேன்களை அவள் முன் வைத்துவிட்டு, சரிந்திருந்த அவளை நிமிர்த்தி உட்கார வைத்தாள் மேரி. ஜெயா பீர் கேனை கையிலெடுத்துக் கொண்டு மறுபடியும் சரிந்தாள்.

வாய் குழறியபடியே, “என் பிரகாஷ் இஸ் அ ஜெம். அவன பார்த்து எல்லோரும் பொறாமப்படறாங்க. அதுவும் பெண்கள் ரொம்ப பொறாமப்படறாங்க. ஏதேதோ கம்ப்ளைண்ட் கொண்டு வராங்க. நான் எல்லாரையும் துரத்தியடிக்கறேன். ஐ பிலீவ் இன் பிரகாஷ். நான் பிரகாஷ நம்புறேன்.”

இந்த முறை மேரியின் பார்வையை, பாயல் தவிர்த்தாள், “அந்த ஆளு எல்லா லேடீஸ் ஸ்டாஃப் மேலயும் கையை வெக்க பாக்குறான். அவன் மேல எங்களுக்கு

இப்போ மரியாதையே போச்சு. அவன பார்த்தாலே அருவெறுப்பா இருக்கு. அந்த அம்மாக்கிட்ட அவ புருஷன பத்தி சொன்னா நம்மள வேலைய விட்டு தூக்கிடுவாங்க. நீங்க தான் எங்க ரெண்டு பேருக்கும் உங்க கிளினிக்ல வேலை போட்டுக் கொடுக்கணும் டாக்டர் பாயல்"

ஜெயாவின் தெளிவில்லாத குரல் உயர ஆரம்பித்தது, "என்னோட ஹாஸ்பிடல்ல வந்து வேலை செய்யுன்னு பாயலுக்கு சொன்னேன். அவ வரல. அவ சொந்த கிளினிக் நடத்தறா. ஹ ஹ ஹ. என்ன பாரு. நான் ஒரு பெரிய ஹாஸ்பிடலே நடத்தறேன். அந்த ஏரியாவிலேயே பெரிய ஹாஸ்பிடல் என்னோட ஹாஸ்பிடல் தான்." ஒரு மடக்கு பீரை குடித்துவிட்டு தொடர்ந்தாள், "என்னோட ஹாஸ்பிடல்லுக்கு டீசண்ட் பீப்பிள்தான் வருவாங்க. சின்ன பசங்க தப்பு தண்டா பண்ணிட்டு என்கிட்ட வரமாட்டாங்க. நான் அவங்க நாக்கு பிடிங்கிக்கற மாதிரி நாலு கேள்வி கேப்பேன். பாயல் அதெல்லாம் கேட்க மாட்டாள்" என்று சொல்லிவிட்டு உரக்க சிரித்தாள். "உனக்கு தெரியுமா மேரி. எங்க ஊர்ல இருக்கிற ஜைனல மோஸ்ட் நான்-ஜட்ஜுமெண்டல் டாக்டர்ன்னு பாயலுக்கு ஒரு பத்திரிகை பட்டம் கொடுத்திருக்கு. அப்படின்னா கல்யாணம் ஆகாம தப்பு தண்டா பண்ற எல்லா பெண்களும் இவ கிளினிக்கு போவாங்க. இவ அவங்கள ஒண்ணும் கேட்கமாட்டா. அவங்க அப்பா அம்மா வயத்துல தீய வார்த்துண்டு இருப்பாங்க. இங்க டாக்டர் அம்மா பசங்கள என்கரேஜ் பண்ணுவாங்க. அதுக்கு தான் அவளுக்கு இந்த பட்டம். தூ."

மேரியும் பாயலும் ஒருவரை ஒருவர் பார்த்துக் கொண்டார்கள். ஜெயா, இருமுறை விக்கிய பிறகு, "என் பொண்ண நான் எப்படி வளர்த்திருக்கேன் தெரியுமா.

எனக்கு தெரியாம அவ ஒண்ணும் செய்ய மாட்டா. பாயல பார். அவ பொண்ணு எங்க போறா எங்க வரான்னு இவளுக்கு தெரியாது. என்னா பொண்ண வளர்க்கிறாளோ இவ. என் பொண்ணு என் கூட சண்ட போடறா. ஆனா நான் சொன்ன வழியில தான் அவ நடக்கணும். ஷீ ஹாஸ் டூ லிசன் டூ மீ. யெஸ். ஷீ மஸ்ட் லிசன் டூ மீ" என்று சொல்லிவிட்டு மேஜையை கையால் ஓங்கி அறைந்தாள்.

மேரி, பாயலை பார்த்தாள். "ஆண்டி, பிளீஸ் ஆண்டி. எங்க அம்மா உங்க பெஸ்ட் ஃப்ரெண்ட்ன்னு எனக்கு தெரியும். ஆனா இந்த ஊர்ல உங்கள விட்டா வேற டாக்டர் கிட்ட போக எனக்கு பயமா இருக்கு. பிளீஸ் ஆண்டி. எங்க அம்மாக்கிட்ட சொல்லாதீங்க."

"ஏன்..."

"பிளீஸ் ஆண்டி. ஒண்ணும் கேக்காதீங்க. நான் இனிமே இப்படி பண்ண மாட்டேன். பிராமிஸ். ஐ பிராமிஸ் யூ"

இருக்கையை விட்டு தள்ளாடியபடி எழுந்த ஜெயா, உவேக் என்று வாந்தி எடுத்தாள். மேரியும் பாயலும் விரைவாகச் சென்று அவளை கைத்தாங்கலாக பாத்ரூமுக்கு அழைத்து சென்றனர். ஜெயா இன்னும் இரு முறை வாந்தி எடுத்துவிட்டு அழ ஆரம்பித்தாள். "ஐ ஆம் ஸாட். ஐ ஆம் ஸாட்" மறுபடியும் ஒரு முறை வாந்தி எடுத்துவிட்டு, "எனக்கு எதுவுமே பிடிக்கலை. எனக்கு எதுவுமே பிடிக்கல. யூ ஆர் மை பெஸ்ட் ஃபிரண்ட்ஸ்' என்று கூறிவிட்டு தேம்பித் தேம்பி அழுதாள். மேரியும் பாயலும் மெதுவாக அவளை படுக்கையறைக்கு அழைத்துச் சென்று, படுக்கையில் கிடத்தி, போர்வையை போர்த்திவிட்டார்கள். பிறகு இருவரும் ஹாலுக்கு வந்து, மௌனமாக மது அருந்த ஆரம்பித்தார்கள்.

கணவாய் பாதை

பின்-பார்வதி கணவாய்ப் பாதை தன்னை அழைப்பது போல் அவளுக்கு தோன்றியது. பௌர்ணமி இரவில் வானெங்கும் நட்சத்திரங்கள் அமைதியான நதி போல் நகர்ந்து கொண்டிருந்தன. பாறை மேல் மோதி மேலெழும் பார்வதி நதியின் நீர்த்திவலைகள் நிலவொளியில் பளபளத்தன. வைர விண்மீன்களுக்கு மத்தியில் முத்துபோல் பௌர்ணமி நிலவு ஜொலித்துக் கொண்டிருந்தது. குளிர்காற்று அவளைத் தழுவி, ஊடுருவிச் சென்றது. இரு பனிச்சிகரங்களுக்கு இடையில் வெண்பனிக் கம்பளம் விரித்தது போல் நீளும் பின்-பார்வதி பாஸ் தெளிவாக புலப்பட்டது. தான் ஒரு மாய உலகத்துக்குள் நுழைந்துவிட்டோம் என்று அவளுக்கு தோன்றியது.

கணவாய் வழியை உற்று நோக்கிக் கொண்டிருந்த அவளைப் பார்த்து அவன் சிரித்தான். நாளை காலை நாம் பாஸை தாண்டியிருப்போம். அவன் பேசும்போது முகத்தையே அபரிமிதமான அன்புடன் பார்த்துக் கொண்டிருந்தாள். அவன் மேல் இருந்த காதல் சூழலின் காரணத்தினால் பன்மடங்கு அதிகரித்திருந்தது.

ஜாக்கெட் - யெஸ், ஷூஸ் - யெஸ், வாக்கிங் ஸ்டிக் - யெஸ், காகில்ஸ் - யெஸ், சாக்ஸ் - யெஸ், டார்ச் - யெஸ், பேட்டரி - யெஸ், போஞ்சோ - யெஸ், வாட்டர்

பாட்டில் - யெஸ், காப் - யெஸ். அவன் ஒவ்வொன்றாகச் சொல்ல, அவை எல்லாம் வாங்கியாயிற்றா என்று அவள் சரிபார்த்தாள். அதன் பின், மைசூர் ரோட்டில் டெய்கத்தலன் கடையிலிருந்து கிளம்பி ஜயநகர் தர்ட்வேவ் காஃபி ஷாப்பில், மங்கிய ஒளியில் அவளுக்கு அவன் ப்ரபோஸ் செய்தபோது அந்தக் கடையில் யாரும் இல்லை. அந்திப்பொழுது இரவாக மாறும் தருணம். வீடு திரும்பும் பறவைகளில் ஓசை. அதற்கு தோதாக வாகனங்களின் ஒலிக்கு நடுவே மெல்லிய குரலில், "உன்னை எனக்கு பிடித்திருக்கிறது. நீ சரி என்றால் நாம் திருமணம் செய்து கொள்ளலாம்."

அவளுக்கும் அவனை பிடித்திருந்தது. இரண்டு வருடங்களாக அவனுடன் பழகுகிறாள். உத்தரகண்ட்டில் வேலி ஓஃப் ஃபிளவர்ஸ் டிரெக் சென்றபோது அவனை முதல் முறையாக சந்தித்தாள். அந்த சந்திப்பு பெங்களூரில் நட்பாக மாறியது. இருவரும் ஒன்றாக காலை வேளையில் எக்ஸ்சர்சைஸ் செய்ய ஆரம்பித்தனர். ஜயநகர் பஸ் நிலையத்தில் சந்தித்து, கிருஷ்ணா ராவ் பார்க் வழியாக லால் பாக் வெளிச்சுவரை சுற்றி ஓடினர். வார தினங்களில் ஐந்து கிலோமீட்டரும், வார இறுதியில் இருபது கிலோமீட்டரும் ஓடினர். தினமும் ஜெயநகரில் ஒரு ஜிம்மில் ஒரு மணி நேரம் கழித்தனர். இருவருக்கும் ஒரே வகையான உடல்வாகு. ஒல்லியான தேகம், முறுக்கேறிய கால்கள், நீள முகம், மாநிறம், உடம்பில் கொழுப்புக்கு இடமில்லை. டிராக் பாண்ட், டீ ஷர்ட்- அவன் கை வைத்தது, அவள் கை வைக்காதது- நைக்கி ஷூஸ், கையில் ஃபிட் பிட், காதில் ஹெட்போன் என்று சீருடை உடுத்தியது போல் இருவரும் ஓடினர். சில நாட்களில் இரவு சந்தித்து டின்னர் செய்தனர். அவளுக்கு அவன் கேட்ட உடனே, யெஸ் உன்னை நானும்

காதலிக்கிறேன், என்று சொல்லிவிட வேண்டும் போல் இருந்தது. ஆனால் ஏதோ ஒன்று அவளைத் தடுத்தது. அவள் மனம் மகிழ்ச்சியில் குதித்துக் கொண்டிருந்தது, உடம்பெல்லாம் விவரிக்க முடியாத உணர்வு. அவனை உடனே கட்டிக்கொள்ள வேண்டும் என்று மனம் பரபரத்தது. தன்னை வெளியே விடப் போகிறார்கள் என்று கதவை திறந்ததும் அறிந்து கொண்ட நாய் குதிப்பது போல் அவள் மனம் குதித்தது. ஒரு சிறு புன்னகையுடன், "எஸ்" என்று சொன்னாள். நாம் வீட்டில் எப்பொழுது சொல்வது. டிரெக்கிலிருந்து திரும்பி வந்தவுடன் சொல்லிவிடலாம்.

அன்று இரவு முழுவதும் அவள் தூங்கவில்லை. இப்பொழுது அவளுக்கு ஒரு துணைவன் கிடைத்துவிட்டான். இதுவரையில் இருந்த பயம் இனி தேவையில்லை. இந்த முறை அவள் உச்சத்தை நிச்சயம் தொடுவாள். அவன் என்னுடன் கைகோர்த்து உச்சியில் நிற்பான். உன்னை அலுவலகத்தில் ஃபின்லேண்ட் போகச் சொன்னார்கள். சென்றிருந்தால் இன்று நீயும் பெரிய பதவியில் இருந்திருப்பாய். பிறகு சென்னை சென்று ப்ராஜக்ட் தலைமை பதவி ஏற்கச் சொன்னார்கள். அதையும் உன் பயத்தால் மறுத்தாய். எவ்வளவு நாள்தான் உயரங்களைக் கண்டு அஞ்சுவாய்? நாம் பார்வதி பள்ளத்தாக்கில் இருக்கிறோம். பின்-பார்வதி கணவாய் வழி தாண்டிவிட்டால் நாம் ஸ்பிதியில் உள்ள பின் பள்ளத்தாக்கை அடைவோம். இந்தப் பக்கம் பார்வதி நதி ஓடுகிறது, அந்த பக்கம் பின் நதி. குலு மாவட்டத்திலிருந்து ஸ்பிதி மாவட்டம் செல்லப் போகிறோம். நாம் நாளைக்கு டிரெக் ஆரம்பிப்போம். எட்டாவது நாள் பின்-பார்வதி பாஸ் கடப்போம். ஒன்பதாவது நாள் முத் என்ற கிராமத்தை அடைந்து

அங்கிருந்து காஜா செல்வோம். பிறகு நீங்கள் பஸ் பிடித்து குஞ்சும் பாஸ் வழியாக மணாலி செல்வீர்கள். பின்-பார்வதி பாஸ் 17500 அடி உயரத்தில் உள்ளது. அந்த உயரத்தில் ஆக்ஸிஜென் கம்மியாக இருப்பதால் உங்களுக்கு மூச்சிரைக்கும். இது கடினமான டிரெக். இதை மேற்கொள்ள உடம்பில் தெம்பு வேண்டும்.

டிரெக் பற்றி கைடு விவரித்துக் கொண்டிருந்தான். அவனும் அவளும் முதுகில் இருபத்தைந்து கிலோ கனக்கும் பையை சுமந்துகொண்டு இருபது கிலோமீட்டர் ஓட்டப்பயிற்சி எடுத்தது ஞாபகம் வந்தது.

“நீங்கள் இருவரும் ஃபிட்டாக இருக்கிறீர்கள். உங்களால் இந்த டிரெக்கை சுலபமாக முடிக்க முடியும்.”

அவள் முகத்தில் பெருமிதம் பரவியது.

ஷூஸ்- யெஸ், வாக்கிங் ஸ்டிக்- யெஸ், போஞ்சோ- யெஸ். இந்த முறை கசொல் என்னும் இடத்தில் கைடு இந்த கேள்விகளை கேட்க இருவரும் யெஸ் என்று பதில் சொன்னார்கள். இவர்கள் இருவருடன், ஒரு கைடு மற்றும் இரு போர்டர்கள் நடந்தார்கள். போர்ட்டர்கள் இவர்கள் பொருட்களையும், வழியில் சமைக்க வேண்டிய அடுப்பு மற்றும் பண்டங்களையும் சுமந்து கொண்டு வந்தார்கள். இவர்கள் கிளம்பும்பொழுது இன்னொரு குழுவும் கிளம்பியது. அதில் இரு ஆண்கள் மற்றும் ஒரு பெண். அந்தப் பெண் சற்று பருமனாக இருப்பது போல் இவளுக்கு தோன்றியது. தினமும் உடற்பயிற்சி செய்பவள் போல் தோன்றவில்லை. அவளைப் பார்த்த கைடு இந்த உடம்பை வைத்துக்கொண்டு இவளால் பின்-பார்வதி பாஸ் கடக்க முடியாது என்றான். அந்த மூவரும் உற்சாகமாக இருந்தார்கள்.

முதல் நாள் பயணம் அதிகம் சிரமமில்லாமல் நிகழ்ந்தது. மாலை பார்வதி நதிக்கரையில் எல்லோரும் சேர்ந்து டெண்ட் போட்டார்கள். இவள் ஒரு டெண்டிலும் அவன் ஒரு டெண்டிலும், இன்னொரு பெரிய டெண்டில் கைடு மற்றும் போர்டர்கள் தங்கினர். முதலில் அந்த பெரிய டெண்டில் டீ போட்டு எல்லோரும் குடித்தார்கள். நாம் சட்டென்று உறங்கப் போகக்கூடாது. சற்று நேரம் உடற்பயிற்சி செய்வோம் என்று கைடு சொன்னான். புளூடூத் ஸ்பீக்கரில் பாடவிட்டு இருவரும் கைடுடன் சேர்ந்து பாட்டின் தாளகதியில் உடற்பயிற்சி செய்தனர். வேறொரு குழுவில் வந்த மூவரும் ஏதோ ஹிந்தி பாட்டுக்கு நடனம் ஆடினர். இரவு சப்பாத்தியும் உருளைக்கிழங்கு பொரியலும் சாப்பிட்டுவிட்டு இருவரும் பாறை மேல் உட்கார்ந்து சூழ்ந்திருந்த மலைகளை பார்த்துக் கொண்டிருந்தார்கள். சில்லென்று குளிர்காற்று வீசியது. நதி நிலவொளியில் பளபளத்தது. பூச்சிகளின் குரலோசை, நதியின் சலசலப்பு என்று சப்தங்கள் நிறைந்த இடமாக இருந்தது. வானை நோக்கியபொழுது இந்த சப்தங்களை மீறிய ஏதோ ஒரு அமைதி அவள் மனதில் குடிகொண்டது. யாரும் இல்லாத இந்த பிரதேசத்தில் உலகமே எனக்கு சொந்தம் என்று அவள் நினைத்துக் கொண்டாள். அடுத்த நாள் வெளிச்சம் வரும் முன்னே எழுந்து காலைக்கடன்களை முடித்தாள். டிரெக் செல்லும்பொழுது நம் இயற்கை உபாதைகளையெல்லாம் திறந்தவெளியில்தான் போக்க வேண்டும். மூன்றாவது டிரெக் என்பதால் அவளுக்கு இது பழகிவிட்டிருந்தது. காலை பிரட் டோஸ்ட் மற்றும் ஜாம் சாப்பிட்டு, டீ குடித்துவிட்டு நடக்க ஆரம்பித்தார்கள். ஒரு மணி நேரம் நடந்த பின், முதல் தடையைச் சந்தித்தனர். இருபது அடி உயர பாறை அவர்கள் பாதையை மறித்தது. பாறையின் பக்கவாட்டில் ஏறி,

இன்னும் மேலே ஏற வேண்டும். பின்பு மெதுவாக கீழே இறங்க வேண்டும். சாகசம் நிறைந்த செயல் இது. கீழே பார்வதி நதி ஓடிக்கொண்டிருந்தது. கால் தவறி கீழே விழுந்தால், தலை பாறை மேல் மோதும், உடல் உருண்டு சென்று பார்வதி நதியில் விழும். பாறையைக் கடக்க வேண்டாம் என்றால் வேறொரு பாதையில் ஒரு மணி நேரம் அதிகம் நடக்க வேண்டும். இரண்டாவது குழுவில் இருந்தவர்கள் பாறையைக் கடக்க தயாரானார்கள். அந்த குழுவில் இருந்த பெண்ணின் முகத்தில் பயம் தெளிவாக தெரிந்தது.

“இப்படித்தான் செல்ல வேண்டுமா.”

“ஆம். நாம் இப்படி தான் செல்லப் போகிறோம், நமக்கு ஒன்றும் ஆகாது” என்றான், அவளுடன் இருந்த ஆண்.

அவர்களின் கைடு முன்னே செல்ல, ஒருவரின் கையை மற்றவர் பிடித்துக்கொண்டு வெகு ஜாக்கிரதையாக பாறை மேல் நடக்க ஆரம்பித்தனர். ஓரிடத்தில் அந்த பெண்ணின் கால் சற்று சறுக்கியது. ஐய்யோ. கைடு அவள் கையை இறுகப் பற்றியிருந்தான். ஓ மை காட் என்று உரக்க கத்தினாள்.

அவளுடன் இருந்த ஆண், “கூல் டவுன், என்றான். நாங்கள் உன்னைக் கைவிட மாட்டோம். தைரியமாக வா.”

மறுபடியும் மெதுவாக நடக்க ஆரம்பித்து பாறையின் பின்னால் மறைந்தனர். அவளுக்கு அந்தப் பெண்ணின் குரலை கேட்டதும் உடம்பெல்லாம் சில்லிட்டது. முதுகில் வேர்வை துளிகள் உறைவது போல் உணர்ந்தாள். பாறையைப் பார்த்தாள், பிறகு வெகு தூரம் கீழே ஓடும் பார்வதி நதியை பார்த்தாள். பாறையின் மேல் உருண்டால் அதோ கதிதான்.

அவள் முகத்தை பார்த்துக் கொண்டிருந்த அவன் "நாம் மேல் வழியாகச் செல்லலாம். நேரம் அதிகம் ஆனாலும் பரவாயில்லை" என்றான். கைடு முகத்தில் ஏமாற்றம். பாறையைத் தவிர்த்து இன்னொரு பாதையில் நடக்க தொடங்கினர். போர்டர்கள் மட்டும் பாறையைக் கடக்க முடிவெடுத்தனர்.

இரண்டு நாள் கழித்து அடுத்த தடை வந்தது. அவர்கள் பார்வதி நதியைக் கடக்க வேண்டும். நதி பாறைகளின் மேல் மோதிச் சுழன்று வேகமாக ஓடிக்கொண்டிருந்தது. தெளிவான நீரோட்டம். ஓரிடத்தில் நதியைக் கடக்க மரக்கிளையை குறுக்காக வைத்திருந்தார்கள். அதன் மேல் வெகு பத்திரமாக நடக்க வேண்டும். அகலம் மிகவும் குறைவாக இருக்கும் கிளை. சரியாக நடக்கவில்லை என்றால் ஓடும் நதியில் விழ வேண்டும். ஆழம் அதிகம் இல்லை என்றாலும், தண்ணீர் சில்லென்று ஐஸ் கட்டி போல் இருக்கும். துணியெல்லாம் ஈரமாகிவிடும். இன்னும் ஒரு கிலோமீட்டர் முன்னால் சென்றால் தண்ணீருக்குள் இறங்கி நதியைக் கடக்க முடியும். அங்கு கணுக்கால் அளவு தண்ணீர் ஓடிக்கொண்டிருக்கும். இன்னொரு குழுவினர் மரக்கிளை மேல் ஏறி நதியைக் கடக்க ஆரம்பித்தனர். அந்தப் பெண் ஆணின் கையை பிடித்துக்கொண்டு ஏதோ அடிப்பிரதட்சணம் செய்வது போல் காலை எடுத்து வைத்தாள். நதிக்கு நடுவில் இருக்கும் பொழுது அவர்களுடன் இருந்த இன்னொரு ஆண் கால் வழுக்கி நதியில் தொபீர் என்று விழுந்தான். அந்தப் பெண்ணும் ஆணும் சிரிக்க ஆரம்பித்தனர். விழுந்தவன் எழுந்து அவர்களுடன் சிரித்தான். இந்த குளிர் என்னை கொல்கிறது என்று கூறிக்கொண்டே இடுப்பு அளவு தண்ணீரில் நடந்தே நதியைக் கடந்து, கரையில் துணி

மாற்ற ஆரம்பித்தான். அவர்களை உற்று நோக்கிக் கொண்டிருந்தவளைப் பார்த்து, நாம் இன்னும் முன்னே சென்று நதியை கடப்போம். "ஆம். எனக்கு இப்படி நதியில் விழுவது பிடிக்காது" என்று சொல்லிவிட்டு சிரித்தாள். இருவரும் நடக்கத் தொடங்கினர்.

"நாளை நாம் அதிகாலையில் எழுந்திருக்க வேண்டும். காலை நான்கு மணிக்காவது கிளம்ப வேண்டும். சூரியோதயம் ஆகிவிட்டால் பனி உருக ஆரம்பிக்கும். பிறகு ஏறுவது மிக கடினம். நன்றாக தூங்குங்கள். நாளை நாம் 17500 அடியில் இருப்போம். மூச்சுவிட கஷ்டப்படுவீர்கள். அதனால் நன்றாக உறங்கி தெம்பாக கிளம்புங்கள்."

மாலை ஏழு மணிக்கு எல்லோரும் சாப்பிட்டு முடித்து விட்டார்கள். எட்டு மணிக்கு பௌர்ணமி சந்திரன் வானில் பிரகாசித்தான். இரண்டு பனிமலைகளுக்கு நடுவே பின்-பார்வதி பாஸ் தெளிவாக தெரிந்தது.

"நாளை உச்சியை அடைந்துவிடுவோம்."

"ஆம். நான் முதல் முறையாக இது போன்ற ஒரு உயரமான கணவாய் வழியை தாண்டுகிறேன்.."

அவர்கள் கணவாய் வழியை நெருங்கிக் கொண்டிருந்தார்கள். இன்னும் பதினைந்து அல்லது இருபது நிமிடங்களுக்குள் அவர்கள் அதை அடைந்து விடுவார்கள். மகிழ்ச்சி அவள் மனதில் பார்வதி நதி போல் துள்ளியோடியது. என்னாலும் சிகரங்களை தொடமுடியும் என்று எனக்கும் இந்த உலகத்திற்கும் உரக்கச் சொல்லும் நேரம் அதிக தொலைவில் இல்லை. அவள் அவனைப் பார்த்து சிரித்தாள். அவனும் புன்னகை புரிந்தான். இருவர் முகத்திலும் சாதனையின் ஒளி

எஸ்.சுரேஷ் 73

பரவியிருந்தது. அப்பொழுது தான் அந்த அசம்பாவிதம் நிகழ்ந்தது. முதலில் ஒரு சிறு கல் உருண்டு வருவது போல் இருந்தது. அவள் அதைப் பார்த்து சிரித்தாள். கைடைப் பார்த்தப்போது அவன் முகம் வெளிறி இருந்தது. ருக்கோ. எல்லோரும் நின்றார்கள். இந்த முறை பெரிய கல் ஒன்று உருண்டு அவர்களை கடந்து சென்றது.

"மேடம். இஸ் சைட் ஆவோ."

அவள் கைடு இருக்கும் பக்கம் செல்ல நினைத்தபொழுது மலையே கீழிறங்குவது போல் பெரிய பனித் திரள் இவர்களை நோக்கி உருள ஆரம்பித்தது.

"நஹீ ஓ நோ. பா்கோ. லெட் அஸ் ரன்."

அவளால் நகர முடியவில்லை. பனி தன் கைகளைக் கொண்டு அவள் காலை பிடித்துக் கொண்டது போல் அவள் அங்கேயே சிலை போல் நின்று தன்னை நோக்கி வரும் பனித்திரளை பார்த்துக் கொண்டிருந்தாள். அந்த திரள் பிரம்மாண்டமாக வளர்ந்து கொண்டிருந்தது. விஷ்ணுவின் விஸ்வரூபத்தை அர்ஜுனன் தரிசித்தது போல் அவள் அதைப் பார்த்துக்கொண்டு நின்றாள். அவன் அவள் கையைப் பற்றி இழுத்தபொழுதுதான் அவளுக்குள் திகில் திடீரென்று புகுந்தது. ஐயோ என்று கூக்குரலிட்டாள். பனி அவள் மீது படர்ந்தது. ஐயோ என்ற எதிரொலி இப்பொழுது கேட்டது. வெள்ளைப் பனி அவள் மேல் படர்ந்திருந்தாலும் அவள் இருளுக்குள் தள்ளப்பட்டாள். மூச்சு இரைத்தது. அவள் மேல் பனியின் பாரம் அதிகரித்தது. கையை அசைக்கப் பார்த்தாள். முடியவில்லை. காலை அசைக்கப் பார்த்தாள். முடியவில்லை. மூச்சு திணறுவதை நன்றாக உணர்ந்தாள். மெதுவாக ஒரு மெல்லிய ஒளி தூரத்தில் தோன்றியது.

பேச்சு சத்தம் கேட்டது. என்னை யாரோ காப்பாற்ற வருகிறார்கள். நான் பிழைத்துவிடுவேன். கண் முழித்துப் பார்த்தாள். அவள் டெண்டில் ஸ்லீபிங் பாக்குக்குள் இருந்தாள். கனவு. வெளியில் இன்னொரு குழு மலையேற தயாராகிக் கொண்டிருந்தது. இருட்டு. டார்ச் வெளிச்சம், பேச்சு சத்தம். அவளுக்கு உடம்பு முழுக்க வேர்த்திருந்தது. மூச்சு விடுவது கடினமாக இருப்பதை உணர்ந்தாள். இன்னும் படபடப்பு ஓயவில்லை. தூங்குவதற்கு கண்ணை மூடினாள். ஆனால் தூக்கம் வரவில்லை. வெளியில் பெண்ணின் குரல் கேட்டது. டெண்ட் ஜிப்பை திறந்து வெளியே பார்த்தாள்.

“வேண்டாம். என்னால் மலை ஏற முடியும் என்ற நம்பிக்கை இல்லை.”

“நான் உன்னுடன் இருக்கிறேன். உன்னால் முடியும். சொன்னால் கேள்.”

“என்னால் முடியாது. இவ்வளவு தூரம் வந்துவிட்டு கைவிடக்கூடாது.”

ஆண் அந்தப் பெண்ணின் கையைப் பிடித்து தன் பக்கம் இழுத்தான். அவளை அணைத்துக்கொண்டு, “நான் இருக்கிறேன். பயப்படாதே.” அவர்கள் எல்லோரும் நடக்கத் தொடங்கினர். அவள் மறுபடியும் ஸ்லீபிங்க் பாக் உள்ளே சென்று கண் மூடினாள்.

அவள் விழித்தபொழுது மெல்லிய ஒளி பரவத் தொடங்கியிருந்தது. டெண்ட்டுக்கு வெளியே வந்தாள்.

“குட் மார்னிங்.”

“குட் மார்னிங். என்னை ஏன் எழுப்பவில்லை?”

“நீ தூக்கத்தில் பெரிதாக அலறினாய். நானும் கைடும்

உன் கூச்சல் கேட்டு எழுந்தோம். நீ மை காட் மை காட் என்று அரற்றிக் கொண்டிருதாய். அதனால் உன்னை எழுப்ப வேண்டாம் என்று சொன்னேன். நீ பயந்திருக்கிறாய் என்று எங்களுக்கு தெரிந்தது."

அவளைப் பார்த்ததும் கைடு அருகே வந்தான்.

"நாம் இப்பொழுதே கிளம்பினால் பாஸை கடக்க முடியும் ஆனால் வெளிச்சம் வந்துவிட்டதால் ஒரு சிறிய ரிஸ்க் இருக்கத்தான் செய்கிறது."

"என்ன சொல்கிறீர்கள். இன்று தங்கிவிட்டு நாளை அதிகாலையில் ஏறலாமா?"

"ஏறலாம் ஆனால் நாளை வெதர் எப்படி இருக்கும் என்று சொல்ல முடியாது. நாளை ஏற முடியவில்லை என்றால் நம் பாடு திண்டாட்டம் ஆகிவிடும். நம்மிடம் உள்ள சாப்பாட்டை வைத்துக்கொண்டு இன்று திரும்பச் சென்றால் நாம் கசொல் அடைந்துவிடலாம். அதேபோல் பாஸை கடந்துவிட்டால் உணவுக்கு அபாயமில்லை. நாளை முடியாவிட்டால் அபாயம்தான். இப்பொழுதே கடப்பதா இல்லை திரும்பிச் செல்வதா?

அவள் குழப்பத்தில் இருந்தாள். சிகரம் தொடவேண்டும். இந்த கணவாய் வழியைத் தாண்ட வேண்டும். ஆனால் அந்த கனவு அவளை அச்சுறுத்தியது. ஒரு வெள்ளை சிம்மாசனத்தில் நாம் புதைக்கப்பட வேண்டுமா? யாரும் இல்லாத ஓரிடத்தில் பனிக்கு அடியில் பிணமாய் கிடக்க வேண்டுமா? ஆனால் இடர்களை தகர்த்தெறியத்தானே வந்தாய். உயிரைக் கொடுத்து அதை தகர்க்க வேண்டாம். இல்லை. நானும் எல்லா தடைகளையும் எதிர் கொள்வேன். உயிர் போனபின் தடையேது? அவனைப் பார்த்தாள். அவன் அவள் மனதில் இருப்பதையே

சொன்னான். அவலாஞ்ச் வந்தால் நம் கல்லறை எது என்று யாருக்கும் தெரியாது.

அப்பொழுது கைடு அவனிடம் சொன்னான், “நீங்க தான் மேடமுக்கு தைரியம் கொடுத்து ஏற சொல்லணும். கொஞ்ச ரிஸ்க் இருக்கு ஆனா இவ்வளவு தூரம் வந்த பிறகு ஏன் திரும்பிப் போகணும்?”

அவள் அவன் முகத்தை உற்றுப் பார்தாள். அவன் சரி போகலாம் என்று சொன்னால் கிளம்பிவிடுவாள் போல் பட்டது.

அவன் அவளைப் பார்த்தான். மறுபடியும் பாஸை பார்த்தான்.

“உன் உடல்நலம் நன்றாக இல்லை. உனக்கு பயத்தால் வேர்க்கிறது.”

இருவரும் பாஸ் இருக்கும் பக்கம் பார்த்தனர். ஏறிக்கொண்டிருந்த பெண் ஒரு இடத்தில் நின்றிருந்தாள். அவள் மூச்சிரைப்பது இவர்களுக்கும் கேட்பது போல் தோன்றியது. அவள் தலையை இல்லை என்பது போல் ஆட்டிக் கொண்டிருந்தாள். முட்டி மேல் இரு கைகளையும் வைத்துக்கொண்டு குனிந்திருந்தாள். அவர்கள் பாதி தூரத்தை கடந்து விட்டிருந்தார்கள். அவர்கள் நின்ற இடத்திலிருந்து மலை செங்குத்தாக இருந்தது. அவன் அவர்களையே பார்த்துக் கொண்டிருந்தான். தன்னிடம் ஏதாவது கேட்பான் என்று அவள் காத்திருந்தாள். அவன் இருவருக்குமான முடிவை எடுத்துவிட்டிருந்தான். திரும்பிச் செல்லலாம். கைடு முகத்தில் ஏமாற்றம் தெரிந்தது. இவளுக்கு தன்னுள் என்ன நடக்கிறது என்று புரியவில்லை. இருவரும் நடக்க ஆரம்பித்தனர்.

கசொல் வந்து சேர்ந்தபோது சிக்னல் கிடைத்தது. கைடு இவர்களைப் பார்த்து இன்னொரு குழு பாஸை தாண்டி இன்று காஜாவில் இருக்கிறார்கள். அவர்களின் கைடு எனக்கு இந்த படங்களை அனுப்பினான். அந்தப் பெண் பின்-பார்வதி பாஸில் கொடி நட்டுக் கொண்டிருந்தாள். அவள் உடம்பு பூரிப்பில் இன்னும் குண்டாகிவிட்டது போல் இருந்தது. குளிர் காற்றுக்கு கன்னங்கள் செக்கச்செவேல் என்று இருந்தன. எல்லா பற்களும் தெரியும்படி சிரித்துக் கொண்டிருந்தாள். இன்னொரு படத்தில் மூவரும் உயரே குதித்து அங்கேயே நின்றுவிட்டிருந்தார்கள். நீலவானம், வெள்ளை மேகங்கள், சுற்றிலும் பனி. கண்களுக்கு காகில்ஸ். தலையில் குரங்கு குல்லாய். எல்லா படங்களும் பிரமாதமாக இருந்தன. ஒரு சிறு வீடியோ அவளை கவர்ந்தது. அந்தப் பெண் பாஸ் அடைவதற்கு பத்து அடிகளே இருக்கும்பொழுது நடக்க முடியாமல் கிட்டத்தட்ட கீழே விழ இருக்கிறாள். அவள் கூட வந்த ஆண் அவள் கையைத் தன் தோள் மேல் போட்டுக்கொண்டு அவளை பாஸ் வரை இழுத்துச் செல்கிறான். அந்த வீடியோவை அவள் பல முறை பார்த்தாள். அன்று இரவு, நாம் கல்யாணம் செய்து கொள்ள வேண்டாம். ஃபிரண்ட்ஸாகவே இருந்து விடலாம் என்று உறுதியாகச் சொன்னாள்.

புதுயுகம்

சிவசுப்ரமணியம் உரக்கச் சிரித்தார். என்னாச்சு உங்களுக்கு என்று கேட்ட மனைவி சீதாவிடம், அனுஷா என் ரிக்வெஸ்ட் ஆக்ஸெப்ட் செஞ்சிட்டா என்றார். எப்படி? நான் ஒரு ஃபேக் ஐடி உருவாக்கினேன். அந்த ஐடிலிருந்து ரிக்வெஸ்ட் அனுப்பிச்சேன். அவ ஆக்ஸெப்ட் செஞ்சிட்டா. எதுக்குங்க நம்ம பிள்ளைய நாம வேவு பாக்கணும்? உனக்கு இந்த புதுயுகத்தப் பத்தி ஒண்ணும் தெரியாது. நம்ம காலத்துல பசங்க பேரண்ட்ஸ் வீட்லையே இருந்து படிச்சு வேலைக்கு போனாங்க. அவங்க என்ன செய்யராங்கன்னு ஓரளவுக்கு தெரியும். நல்லது கெட்டது சொல்ல முடிஞ்சிது. இப்போ பார். நம்ம பெண் காலேஜுக்கு கான்பூர் போனா, மேல்படிப்புக்கு அமெரிக்க போனா. இப்போ பெங்களூர்ல வேல பண்றா. அவளப் பத்தி நமக்கு ஒண்ணும் தெரியல. சோசியல் மீடியா வழியாதான் அவ என்ன பண்றான்னு தெரிஞ்சிக்கணும். எனக்கு என்னமோ இது சரின்னு படலைங்க. உங்க வேலைக்கு நடுவுல இது எதுக்கு?. நீ கவலப்படாத. நான் பாத்துக்கறேன். அவர் ஒரு பெரிய கம்பெனியில் சீ.எஃப்.ஓவாக இருந்தார். மும்பை மெரின் ட்ரைவில் பல்லடுக்கு குடியிருப்பில் – அரபிக்கடலைப் பார்க்க தோதாக – பத்தாவது மாடியில் கம்பெனி ஃப்ளாட்டில் குடியிருந்தார். அவர் மகள் அனுஷா கான்பூர் ஐ.ஐ.டியில் படிப்பு

முடித்து, அமெரிக்காவில் எம்.பி.ஏ பட்டம் பெற்று, பெங்களூரில் சாஃப்ட்வேர் கம்பெனியில் வேலை செய்துகொண்டிருக்கிறாள். அவளுக்கு முப்பது வயதாகியும் இன்னும் திருமணமாகாமல் இருப்பது பெற்றோருக்கு கவலையாக இருந்தது.

தினமும் காலையில் எழுந்தவுடன் பல் தேய்த்துவிட்டு கையில் காஃபி கோப்பையுடன் அரபிக்கடலைப் பார்க்கும் சிவசுப்ரமணியம் இப்பொழுது மொபைலைப் பார்க்க ஆரம்பித்தார். ட்விட்டர், பேஸ்புக், இன்ஸ்டாக்ராம் என்று எல்லா இடத்திலும் ஒரு பெண்ணின் பெயரில் ஃபேக் ஐடி தயார் செய்து அனுஷாவைப் பின் தொடர ஆரம்பித்தார். அனுஷா இன்ஸ்டாக்ராமில் அதிகம் போஸ்ட் செய்வதால், முதலில் இன்ஸ்டாக்ராமைப் பார்க்க ஆரம்பித்தார். அவள் போஸ்ட் செய்யும் புகைப்படங்களை பார்த்தார். அவற்றுக்கு யாரெல்லாம் லைக் போடுகிறார்கள் என்று பார்த்தார். யாரெல்லாம் கமெண்ட் எழுதுகிறார்கள் என்று பார்த்தார். யாருடன் அனுஷா அதிகமாக உரையாடுகிறாள் என்பதை கூர்ந்து நோக்கினார். ஆண்கள் யாருடனாவது அவள் உரையாடினால் அவன் இன்ஸ்டாக்ராம் பேஜுக்கு சென்று அவன் எப்படிப்பட்டவன் என்பதை பார்த்தார். இவை எல்லாம் செய்ய அவருக்கு தினமும் காலையில் ஒரு மணி நேரம் தேவைப்பட்டது. இந்தப் பழக்கம் மெதுவாக இரவிலும் தொடர்ந்தது. இரவிலும் ஒரு மணி நேரம் இதற்காக செலவிட்டார். உங்களுக்கு பைத்தியம் தான் பிடிச்சிருக்கு என்று சொன்ன சீதாவை பார்த்து நாளைக்கு சன்டே. நான் என்ன கண்டுபிடிச்சிருக்கேன்னு சொல்றேன். நீ அசந்து போயிடுவ.

அடுத்த நாள் மதிய உணவிற்குப் பிறகு, சோஃபாவில் சீதாவின் பக்கத்தில் உட்கார்ந்து கொண்டு, மொபைலை

கையிலெடுத்தார். இன்ஸ்டாக்ராம் ஓபன் செய்து அனுஷாவின் பேஜுக்கு சென்றார். அனுஷா எல்லோருடனும் பகிர்ந்து கொண்டிருந்த படங்களை ஒவ்வொன்றாக காண்பிக்க ஆரம்பித்தார். பல படங்களில் அனுஷா தனியாக இருந்தாள். #ootd என்று ஏதோ எழுதியிருந்தது. இது நேஹாதானே? ஆமாம். பல படங்களில் நேஹாவும் கூட இருந்தாள். நேஹா அனுஷாவின் நெருங்கிய தோழி. இருவரும் முதல் வகுப்பிலிருந்து ஒன்றாகப் படித்தவர்கள். அவளும் கான்பூர் ஐ.ஐ.டியில் படித்தாள். பிறகு அவளும் அமெரிக்கா சென்று படித்துவிட்டு இப்பொழுது பெங்களூரில் அனுஷாவின் ரூம்மேட்டாக இருக்கிறாள். சீதா பார்த்த அந்த படத்தில் அனுஷா குட்டை முடியுடன் ஜீன்ஸ் மற்றும் டீ-ஷர்ட்டில் காணப்பட்டாள். நேஹா அடர்த்தியான தலைமுடியுடன் சல்வாரில் இருந்தாள். நம்ப பொண்ணும் நேஹா போல் முடி வளர்த்து நல்ல டிரஸ் போடலாம் எதுக்கு இது போல் டிரஸ் செய்யணும்? நேஹா முக்கியமில்லை. நான் இப்போ உனக்கு காமிக்கப் போற ஃபோட்டோதான் முக்கியம். அவர் அனுஷா-நேஹா படத்தைத் தள்ளினார். அடுத்த படம் வந்தது. அதில் அனுஷா ஒரு ஆணின் தோளின் மேல் கை போட்டு நின்றுகொண்டிருந்தாள். அவன் பார்ப்பதற்கு அழகாக இருந்தான். கண்ணாடி போட்ட உருண்டை முகம், அடர்த்தியான சுருள் தலைமயிர். நீல வண்ணத்தில் டீ ஷர்ட். இருவரும் ஒரு மோட்டார் பைக் மேல் சாய்ந்து கொண்டிருந்தார்கள். யாருங்க இந்த பிள்ள? சிவசுப்ரமணியம் சிரித்தார். இதுக்கு தான் நான் வேவு பாக்குறேன். இந்த பிள்ள பேரு சுதீர். அவன் ஒரு கூர்கி. அப்படின்னா? கர்நாடகாவில இருக்கற கூர்க் மாவட்டத்திலேர்ந்து வரான். நல்ல வசதியான குடும்பம். ஏக்கர் கணக்குல அவங்களுக்கு காஃபி எஸ்டேட்

இருக்கு. இவன் அவங்க அப்பா அம்மாவுக்கு ஒரே பிள்ள. எல்லா சொத்தும் இவனுக்குதான். இந்த கணக்கு பாக்கற புத்தி உங்கள விட்டு போகாது. நம்ம பெண் இவன லவ் பண்ணுதா? இங்க பார் இந்த ஃபோட்டோ கீழ என்ன எழுதியிருக்கான்னு. '#MyClosestCompanion" லவ் இல்லைனா மிக நெருக்கமான நண்பன்னு சொல்லுவாளா? அவங்க போஸ் பாத்தாலே அவங்க லவ்வர்ஸ்தான்னு உனக்கு தெரியலையா? ஏங்க, நம்ம பக்கம் ஆளுங்க பார்த்தா ஏதாவது சொல்லப்போராங்க. அதுக்குத்தான் அவ ப்ரோஃபைல் லாக் செஞ்சிருக்கா. என்ன தவிர யாருக்கும் தெரியாது விடு. இவனதான் கல்யாணம் கட்டிப்பாளா? எனக்கு என்ன தெரியும் ஆனா அவ இவன கட்டிக்கிறதா இருந்தா எனக்கு எந்த பிரச்னையும் இல்லை. என்னங்க அப்படி சொல்றீங்க. நம்ப மனுஷங்க என்ன சொல்லுவாங்க. அவங்க ஜாதி என்ன. அவங்க பழக்க வழக்கம் என்ன. எப்படிங்க அப்டி ஒண்ணுமே தெரியாம ஒத்துக்க முடியும்? சீதா, காலம் மாறிப்போச்சு. இப்போ நம்ப பிள்ளைங்க கல்யாணம் கட்டிட்டா போதும்ன்னு எல்லாரும் இருக்காங்க. பாக்க அழகா இருக்கான். நல்ல பணக்கார குடும்பம். நல்லா படிச்சிருக்கான். அனுஷாவுக்கு அவன பிடிச்சிருக்கு. இதுக்கு மேல என்ன வேணும். சீதா மௌனமானாள். சிவசுப்ரமணியம் ஒவ்வொரு படமாக தள்ளிக்கொண்டு வந்தார். பல படங்களில் அனுஷாவும் சுதீரும் இணைந்திருந்தார்கள். இணக்கமாகவும் இருந்தார்கள். அனுஷா மற்றும் சுதீர் இருக்கும் படங்களை மட்டுமே பார்த்தார்கள். மற்ற படங்களை எல்லாம் அவர்கள் அதிகம் கவனிக்கவில்லை.

இப்பொழுதெல்லாம் தினமும் இரவில் ஒரு அரை மணி நேரம் அனுஷா வலையேற்றும் படங்களை

சிவசுப்ரமணியன் சீதாவுக்கு காட்டுகிறார். பல நாட்கள் அனுஷா தனியாகவோ, நேஹாவுடனோ இருக்கும் படங்கள் வருகின்றன. சில நாட்கள் சுதீரும் வருகிறான். அவன் வரும் படங்களிலெல்லாம் அனுஷா அவன் தோள் மேல் கை போட்டபடி நிற்கிறாள். என்னங்க நாம சைவம், அந்த பிள்ள அசைவமா இருந்தா? இருந்தா என்ன? அவன் கூர்கி. அசைவமாதான் இருப்பான். இந்த காலத்துல எல்லோரும் அசைவம் சாப்பிடராங்க. இதெல்லாம் பெருசா எடுத்துக்கக்கூடாது. சிவசுப்ரமணியம் படத்தை நகர்த்தினார். அடுத்த படத்தில் அனுஷா, நேஹா, சுதீர் மற்றும் வேறொரு ஆண் இருந்தார்கள். அனுஷாவின் தோளில் நேஹா சாய்ந்திருந்தாள், நேஹா சுதீர் தோளில் சாய்ந்திருந்தாள். சுதீர் அருகில் இருந்த ஆணின் தோளில் கையை போட்டுக்கொண்டிருந்தான். எல்லோரும் வலது கையை நீட்டி வெற்றி சைகையை காட்டிக்கொண்டிருந்தனர். எல்லோர் முன்னேயும் அவர்கள் சாப்பிடும் பண்டம் இருந்தது. சீதா இதை பார்ப்பதை பார்த்த சிவசுப்ரமணியம் சுதீர் முன் இருந்த திண்பண்டத்தை கவனித்தார். பின்பு படத்தின் கீழே என்ன எழுதியிருக்கிறது என்பதை படித்தார். "எஞ்ஜாயிங்க் மை பந்தி கறி". போர்க். பன்றிக்கறி!! சிவசுப்ரமணியம் இதை எதிர்ப்பார்க்கவில்லை. சீதாவின் முகம் மாறி இருப்பதை கவனித்து, ஏதோ சொல்ல வாயெடுத்தார் ஆனால் ஒன்றும் சொல்லவில்லை. சீதாவின் முகத்தில் அவருக்குப் புரியாத உணர்ச்சி ஒன்று குடிகொண்டிருந்தது. சீதா மெல்லிய குரலில் சொன்னாள் இது நம்ம குடும்பத்துக்கு ஒத்துவராதுங்க. அவள் குரலை கேட்டவுடன் சிவசுப்ரமணியமுக்கு பயம் எடுத்தது. மௌனமாக இருந்தார்.

எஸ்.சுரேஷ்

அன்று இரவு அவருக்கு தூக்கம் வரவில்லை. சீதாவின் குரல் அவர் காதில் ஒலித்துக்கொண்டிருந்தது. ஏசி ரீங்காரமும், கடிகாரத்தில் முள் நகரும் ஓசையும் இரவின் மௌனத்தில் துல்லியமாக அவருக்கு கேட்டன. விட்டத்தை முறைத்து பார்த்தார். சீதா ஏன் இப்படி பயப்படுகிறாள்? அவள் தம்பி, இப்பொழுது அமெரிக்காவில் வசிக்கிறான், மாட்டுக்கறி தின்கிறான். அது சீதாவுக்கு தெரியாது. அவன் இந்தியா வரும்பொழுது வெறும் சைவம்தான் சாப்பிடுவான். அமெரிக்காவில் அவன் சாப்பிடாத ஐந்து இல்லை. இப்பொழுது இந்த பிள்ளை பன்னிக்கறி சாப்பிட்டால் என்ன தவறு? சீதாவுக்கு இந்த புதிய உலகம் புரியவில்லை. இளைஞர்கள் எப்படி இருப்பார்கள், எப்படி ஒருவருடன் ஒருவர் பழகுகிறார்கள், அவர்களில் லட்சியம் என்ன? ஆசைகள் என்ன? இவை எதுவும் சீதாவுக்கு தெரியாது. அவள் உலகம் மாறவில்லை என்ற நினைப்பில் இருக்கிறாள். வெறும் வார இதழ்களை படித்துக்கொண்டும், சீரியல் பார்த்துக்கொண்டும் இருந்தால் இந்த புது உலகம் புரியாது. இதற்கு நாமும் நம் பிள்ளைகளைப் போல் சோசியல் மீடியாவில் சேர வேண்டும். நான் அதை செய்கிறேன். என்னால் அனுஷாவின் முடிவை ஏற்றுக்கொள்ளமுடிகிறது. சீதாவால் முடியவில்லை. அவளை எப்படியாவது சமாதானப்படுத்தவேண்டும்.

அடுத்த நாள் முதல் சீதா படங்களை பார்க்க மறுத்தாள். எனக்கு வேணாங்க என்றாள். சிவசுப்ரமணியம் சுதீரை தினமும் உற்றுப்பார்த்தார். பிள்ளை அழகாகத்தான் இருக்கிறான். நல்ல சுருள் முடி, நல்ல நிறம், ஸ்டைலிஷ் உடை உடுத்துகிறான், முகத்தில் எப்பொழுதும் ஒரு புன்னகை தவழ்கிறது. இவனை எதற்கு மறுக்க

வேண்டும். எவ்வளவோ உறவுக்கார பிள்ளைகள் வேறு ஜாதியில் திருமணம் செய்து கொள்ளவில்லையா? ஒருத்தி முஸ்லிமை கல்யாணம் கட்டியிருக்கிறாள். நாம் ஏன் இதற்கு பயப்படவேண்டும். சிவசுப்ரமணியம் சீதாவின் மனதை மாற்றப் பார்த்தார் ஆனால் சீதாவோ ஐயோ. உங்களுக்கு இதெல்லாம் புரியாதுங்க என்றாள். எப்பொழுதும் சிரித்த முகத்துடன் இருக்கும் அவள் இப்பொழுதெல்லாம் இறுக்கமான முகத்துடன் காணப்பட்டாள். சிரிப்பதையே மறந்துவிட்டிருந்தாள். அனுஷாவுடன் பேசும்பொழுதும் அவள் குரல் தீனமாக ஒலித்தது. அம்மாவுக்கு என்ன? ஏன் டல்லா இருக்காங்க? உன்னை பற்றி கவலைதான். அனுஷா அதற்கு மேல் ஒன்றும் கேட்கவில்லை.

இரண்டு வாரங்கள் கழித்து அனுஷா, நேஹா, சுதீர் மற்றும் சில நண்பர்கள் சுதீரின் காஃபி எஸ்டேட்டுக்கு சென்று அங்கு ஐந்து நாட்கள் தங்கினார்கள். தினமும் அனுஷா, நேஹா, சுதீர் ஆகியோர் புகைப்படங்களை இன்ஸ்டாக்ராமில் வலையேற்றினார்கள். சிவசுப்ரமணியம் தினமும் எல்லாவற்றையும் பார்த்தார். இந்த ட்ரிப்பில் அனுஷாவுக்கும் சுதீருக்குமான நெருக்கம் அதிகமானது போல் அவருக்குப் பட்டது. அதிகாலை வேளையில், இலைகள் நடுவிலிருந்து ஊடுருவி வரும் சூரிய கிரணங்கள் அவர்கள் மேல் விழ, இருவரும் நடந்து சென்று கொண்டிருந்தார்கள். வேறொரு இடத்தில் ரோஜா செடிகள் சூழ இருவரும் நடுவில் நின்றுகொண்டு போஸ் கொடுத்தார்கள். இப்படியாக பல புகைப்படங்கள் இருந்தன. சீதா எதையும் பார்க்க மறுத்தாள்.

இந்த ட்ரிப் முடிந்தவுடன் அனுஷா பெங்களூரு சென்றுவிட்டாள், நேஹா மும்பைக்கு வந்தாள். வந்த முதல் நாளே இவர்கள் வீட்டுக்கு வந்தாள். இவர்கள்

வீட்டில் வளர்ந்த பெண் என்பதால் உரிமையுடன் சீதாவிடம், ஆண்ட்டி, ஒரு டீ. சுதீர் எஸ்டேட்ல காஃபி குடிச்சி குடிச்சி போர் அடிச்சிடிச்சி. சிவசுப்ரமணியம் அவளுடன் பேச ஆரம்பித்தார். ஃபுல் என்ஞ்சாய்மெண்டா? எஸ் அங்கிள். அவன் எஸ்டேட் குட்டான்னு ஒரு எடத்துல இருக்கு. பெரிய எஸ்டேட். அருமையான எஸ்டேட். நானும் அனுஷாவும் எஸ்டேட்ட சுத்தி பாத்து ஷாக் ஆயிட்டோம். விதவிதமான மரங்கள். வனிலா இருக்கு, ஆரஞ்சு இருக்கு, பாக்கு மரம் இருக்கு, பெப்பர் இருக்கு. தென்னை, வாழையெல்லாம் கேக்கவே வேணாம். எவ்வளவோ விதமான பூக்கள். தினமும் காலைல பாக்கணுமே அங்கிள். இங்கேல்லாம் பாக்கவே முடியாத பறவைகள் எவ்வளவோ வருது. நானும் அனுஷாவும் தினமும் காலைல அஞ்சு மணிக்கே எழுந்து, குளிச்சு, பறவைகளைப் பாக்க வெளியே வந்திடுவோம். காலைல அந்த பனில நாங்க ரெண்டும் பேரும் நடந்து போவோம். அது ஒரு டிவைன் எக்ஸ்பீரியன்ஸ் அங்கிள். எஸ்டேட் முதல் முறையாக பார்த்திருப்பாள் போல். அந்த மகிழ்ச்சி அவள் பேச்சில் தெரிகிறது என்று நினைத்துக்கொண்ட சிவசுப்ரமணியம் இஸ் சுதீர் எ குட் பாய்? என்று கேட்டார். ரொம்ப நல்லவன் அங்கிள். நானும், அனுஷாவும் ஏதாவது அட்வைஸ் கேக்கணும்னா அவன் கிட்டதான் போவோம். வெரி நான்-ஜட்ஜ்மெண்டல். அப்பொழுது சீதா டீயுடன் வந்தாள். அவளுக்கு நான்-ஜட்ஜ்மெண்டல் என்றால் என்ன என்று தெரிந்திருக்காது என்று சிவசுப்ரமணியம் அவன் யாரை பற்றியும் எந்த முன்முடிவும் எடுக்கமாட்டானாம். அவங்க அவங்க அவங்களுக்கு பிடித்ததை செய்யட்டும் என்று விட்டுவிடுவானம் என்று நீண்ட உரை ஒன்றை கொடுத்தார். சீதா தலையசைத்தாள். ஆண்ட்டி, டீ சூப்பரா இருக்கு. சீதா கஷ்டப்பட்டு

சிரிப்பது போல் சிவசுப்ரமணியமுக்கு பட்டது. சோஃபாவில் நன்றாக சாய்ந்துகொண்டு சுதீர் பற்றியும், அவளும் அனுஷாவும் என்னவெல்லாம் செய்தார்கள் என்பதை பற்றியும் விரிவாக நேஹா சொல்லிக் கொண்டிருந்தாள். குட்டாலிருந்து அஞ்சு கிலோமீட்டர் தூரத்துல வயநாடு. அது கேரளால இருக்கு. அங்கே பூக்கோடு லேக்ல நானும் அனுஷாவும் ரோ செஞ்சிட்டு போட்ல போனோம். எல்லோருமா திருநெல்லி கோவிலுக்கு போனோம். வழியில மூணு பெரிய யானை பார்த்தோம். கண் விரிய சொல்லிக் கொண்டிருந்தாள். சுதீர் நான்-வெஜ் சாபிடுவானா? உரக்கச் சிரித்தாள். அங்கிள், அவனால நான்-வெஜ் இல்லாம ஒரு நாள் கூட இருக்க முடியாது. பந்தி கறி அவனோட ஃபேவரிட். மதியம் இங்க சாப்பிடு. வேணாம் ஆண்ட்டி. நான் இன்னொரு ஃப்ரெண்ட்ட பாக்கணும். நாளைக்கு முடிஞ்சா வரேன். இல்லைனா பை. அவள் சென்ற பிறகு அவர் சீதாவை பார்த்தார். அவள் முகம் இன்னும் அதிகம் இறுகியிருந்தது போல் அவருக்குப் பட்டது. பிள்ள நல்ல பிள்ளைதான் போல் இருக்கு என்று சொன்னார். சீதா ஏதும் பதிலளிக்காமல் சமையலறைக்குள் சென்றாள்.

நானும் சுதீரும் அடுத்த வாரம் முன்பைக்கு வரப்போறோம். உங்களோட பேசணும். என்ன பேசணும். வந்து சொல்றேன். ஏர்போர்ட்டுக்கு கார் அனுப்பவா? வேணாம். நாங்க டாக்ஸி புடிச்சு வறோம். செய்தியை கேட்டவுடன் சீதா ஆழ ஆரம்பித்தாள். இதை எதிர்பார்க்காத சிவசுப்ரமணியம் அதிர்ச்சி அடைந்தார். இத பாரு. என் பொண்ணுக்கு யார பிடிக்குதோ அவங்களுக்கு கல்யாணம் கட்டிக் கொடுப்பேன். யார் என்ன சொன்னாலும் எனக்கு

பரவாயில்லை. சீதா தலையை இல்லை என்பது போல் ஆட்டினாள். இல்லைங்க. இது சரிப்பட்டு வராது. நீங்க புரிஞ்சிக்கமாட்டீங்க. எனக்கு எல்லாம் தெரியும். உன் அழுகையை நிறுத்து. சிவசுப்ரமணியம் மாடியிலிருந்து அபார்ட்மெண்டு கேட்டை பார்த்துக்கொண்டிருந்தார். அனுஷா எந்த நிமிடமும் வரலாம். வாசலில் ஏதாவது வண்டி வந்து நின்றாலே அவருக்கு உற்சாகம் கூடியது. அனுஷா தன் காதலைப் பற்றி சொல்லப்போகிறாள். அவளுக்கு டென்ஷன் அதிகம் இருக்கும். நான் சரி என்றவுடன் அவள் குஷியில் சிரிப்பாள். அந்த சிரிப்பை பார்க்கவேண்டும். தன் அப்பா இந்த காலத்துக்கு தகுந்தாற்போல் மாறிவிட்டார் என்று அவள் உணர்வாள். அப்பா மேல் அன்பும் மரியாதையும் கூடும். சீதா தான் அழுவாள். சுதீர் முன் அவள் அழுதால் அவன் என்ன நினைத்துக்கொள்வான். சமாளிக்கலாம்.

அரை மணி நேரம் அப்படியே பார்த்துக்கொண்டிருந்த பிறகு அவர் எதிர்பார்த்த நிகழ்வு நடந்தது. அனுஷாவும் சுதீரும் டாக்ஸியைவிட்டு இறங்கினார்கள். இரண்டு அடி எடுத்து வைத்த பிறகு அனுஷா சட்டென்று நின்றுவிட்டாள். வேணாம் என்பது போல் தலையை ஆட்டினாள். அவள் அருகே சென்ற சுதீர் அவள் கையை பற்றிக்கொண்டான். அனுஷா அவன் தோள் மேல் சாய்ந்தாள். அவன் அவள் காதில் ஏதோ சொன்னான். சரி என்பது போல் தலையை ஆட்டிவிட்டு அவன் கைகளை அவள் இறுக்கமாகப் பற்றிக்கொள்ள இருவரும் மறுபடியும் நடக்க ஆரம்பித்தனர். சிவசுப்ரமணியம் லிப்ட் இருக்கும் இடத்தில் நின்றார். கதவு திறந்தவுடன் அவரைக் கண்ட அனுஷா, ஹாய் டாட் என்றாள் ஆனால் முகத்தில் மகிழ்ச்சி இல்லாதது சிவசுப்ரமணியனுக்கு வருத்தம் அளித்தது.. மீட் சுதீர்.

ஹலோ அங்கிள். ஹலோ. கம் இன். எல்லோரும் வீட்டுக்குள் நுழைந்து சோஃபாவில் உட்கார்ந்தார்கள். டிவியில் ஏதோ ப்ரோக்ராம் ஓடிக்கொண்டிருந்தது. டிவியை அணைத்தார். அம்மா எங்க? சமையலறையில் இருக்கா. வருவா. சரி ஏதோ பேசணும்னு சொன்னியே? ஆமாம் டாட் என்று சொல்லிவிட்டு சுதீரைப் பார்த்தாள். சிவசுப்ரமணியத்திற்கு சிரிப்பு வந்தது. நான் எப்படியும் சரியென்று சொல்லப்போகிறேன். இவள் ஏன் தவிக்கிறாள்? பயப்படாமல் சொல்ல வேண்டியதை சொல் என்று சுதீர் ஆங்கிலத்தில் அவளிடம் சொன்னான். சமையலறையிலிருந்து அழுகை சத்தம் கேட்டது. சிவசுப்ரமணியம் அந்த திசையை நோக்கி முறைத்தார். அனுஷா சுதீர் கையை இறுக்கமாக பற்றிக்கொண்டு, நான் கல்யாணம் செஞ்சுக்கலாம்னு இருக்கேன். சிவசுப்ரமணியம் புகத்தில் புன்னகை மலர்ந்தது. தலையை குனிந்தவாறு, நான் நேஹாவ... சமையலறையில் அழுகை சத்தம் வலுப்பெற்றதை அவர் கவனிக்கவில்லை.

குரல்கள்

வராண்டா கிரில் வழியாக மதில் சுவரிலிருந்து மரத்துக்கு தாவிய அணிலை பார்த்தார். இதே வராண்டா கிரில்லை பிடித்துக்கொண்டு அணிலை கண்டவுடன் குதித்த தன் மகனை நினைத்துக்கொண்டார். சூரிய ஒளி க்ரிலில் இருந்த இரும்பு பூக்களை தரையில் நிழல்கோலமாக காட்டியது. அவரைச் சுற்றி பலவித ஓசைகள். எங்கோ ஒரு குயில் பாடியது, காகம் கரைந்தது, வாசலுக்கு வெளியே நாய் குரைத்தது. ஒரு முறை உறவினர் அபார்ட்மெண்டில் தங்கியபொழுது காலை எழுந்தவுடன் ஒரு சப்தமும் இல்லாமல் அமைதியாக இருந்த அறை அவரை நிலைகுலைய வைத்தது. அவர் மகனிடம், “இது போன்ற ஓசையில்லா இடத்தில் இவர்கள் எப்படித்தான் வாழ்கிறார்களோ?” என்று கேட்டார். வீட்டுக்கு வெளியே ஓசைகள் பல கேட்டாலும், வீட்டுக்குள் தனிமையின் ஓசை மட்டும்தான் கேட்டது.

மெதுவாக வீட்டின் பின்புறத்திற்கு நடக்க ஆரம்பித்தார். ரயில் பெட்டி போல் நீளமான பாதையில் ஒரு புறம் அறைகளும் இன்னொரு புறம் சுவரும் இருக்கும்படி கட்டப்பட்ட வீடு. சுவரில் மாட்டியிருந்த ஆளுயர கண்ணாடியில் தன்னை பார்த்துக்கொண்டார். வட்டமான முகம், தீர்க்கமான மூக்கு, வழுக்கை தலை, காதுக்கு பக்கத்தில் எஞ்சியிருந்த நரை முடி, ஸ்டீல் ஃபிரேம்

போட்ட மூக்குக்கண்ணாடி. அவர் வீட்டில் இருக்கும்பொழுதும் காலை ஒன்பது மணியிலிருந்து மாலை ஐந்து மணி வரை இன்ஷர்ட் செய்யப்பட்ட முழுக்கை வெள்ளை சட்டையும் கருப்பு அல்லது கருநீல நிற பாண்ட்டும் அணிந்து கொண்டிருப்பார். அவருடைய கம்பீரத்தையும் அவர் உடை அணிந்திருந்த விதத்தையும் பார்த்தவுடனேயே எல்லோரும் அவர் ஏதோ பெரிய அலுவலகத்தில் ஒரு பெரிய பொறுப்பு வகிக்கும் அதிகாரி என்பதை கண்டுகொண்டுவிடுவார்கள். வங்கியிலிருந்து ஓய்வு பெற்ற பின்னும் அவர் அதே போல் உடை உடுத்திக்கொண்டிருந்தார். தன்னை கண்ணாடியில் பார்த்துக்கொண்டு அவர் பெருமிதம் அடையவில்லை. அவருக்கு அவர் மனைவியின் நினைவுதான் வந்தது. வெளியே எங்காவது கிளம்ப வேண்டும் என்றால் அவள் உடையணிந்துகொண்டு தன்னை இந்த கண்ணாடியில் பார்த்துக்கொள்வாள். “டிரஸ் நல்லா இருக்கா” என்று அவள் கேட்க, “அதான் நீயே பார்த்துக்கொண்டாயே. என்னை எதற்கு கேட்கிறாய்?” என்று அவர் சொல்ல, “நான் நல்லா இருக்கேன்னு சொல்ல உங்களுக்கு மனசு வராதே” என்று அவள் கூற, “கௌம்பு. நேரமாகுது” என்பார். இனிமையான நினைவுகள். இப்பொழுது அவள் இல்லை. சில சமயங்களில் கண்ணாடியில் அவளுடைய சிரித்த முகத்தைப் பார்ப்பார். அப்பொழுதெல்லாம் கண்ணாடியில் அவளுடைய முகம் உறைந்துவிட்டதோ என்று அவருக்கு சந்தேகம் வரும்.

பின்புற கதவை நோக்கி மெதுவாக நடந்தார். ஒரு காலத்தில் அவருடைய மிடுக்கான தோற்றத்திற்கு அவருடைய கம்பீரமான நடையும் ஒரு காரணமாக இருந்தது. முட்டி ஆபரேஷனுக்குப் பிறகு அவரால்

வேகமாக நடக்கமுடியவில்லை. அதிகம் நடந்தால் முட்டி வலிக்க ஆரம்பித்தது. பின்புற க்ரில் கதவை பிடித்துக்கொண்டு தோட்டத்தை பார்த்தார். இங்கு வந்து நின்றுகொண்டவுடன் அவருக்கு அவருடைய மனைவி நிச்சயமாக ஞாபகத்துக்கு வருவாள். வீடு கட்டும் பொழுது, “எனக்கு வீட்டுக்கு முன்னேயும் பின்னேயும் பத்து அடி கார்டெனுக்காக வேணும். வீட்டை நீங்க எப்படி வேணா டிசைன் பண்ணுங்க ஆனா எனக்கு என் கார்டென் வேணும்” என்றாள். பலர் அவனை திட்டினார்கள். “டேய். நீ என்ன முட்டாளா? இவ்வளவு எடம் கார்டனுக்காக வேஸ்ட் பண்ற. வீட பெருசா கட்டினா, ஒரு போர்ஷன வாடகைக்கு விட்டு உன்னோட கடன சுலபமா தீர்க்கலாம்.” ஆனால் அவள் ஆசைப்பட்டுவிட்டாள் என்பதற்காக அவர் அவள் விருப்பபடியே வேண்டிய காலி இடத்தை கொடுத்தார். அவள் அந்த காலி இடத்தை மாற்றிய விதம் எல்லோரையும் ஆச்சரியப்பட வைத்தது. மாமரம், தென்னை மரம், கருவேப்பிலை மரம், கொய்யா மரம், பலா மரம், ரோஜா, சாமந்தி, பாரிஜாதம், கனகாம்பரம், செம்பருத்தி மற்றும் அவருக்கு பெயர் தெரியாத பல பூக்கள் பூத்துக் குலுங்கின. மணிபிளாண்ட், மல்லிகை போன்ற கொடிகள் படர்ந்தன. தக்காளி, வெண்டைக்காய், கொத்தமல்லி, கத்திரிக்காய் மற்றும் காய்கறிகள் இந்த தோட்டத்திலிருந்து தான் சமையலுக்காக அவள் பறித்தாள். பல நண்பர்களுக்கும், உறவினர்களுக்கும் இந்த தோட்டத்திலிருந்து பழங்கள் மற்றும் காய்கறிகளை கொடுத்தார்கள். தோட்டம் வேண்டாம் என்று சொன்னவர்கள் இப்பொழுது அவரிடம், “நல்லவேளை, எங்க பேச்ச கேட்டு நீ இன்னொரு போர்ஷன் கட்டல” என்றார்கள். அவருக்கு அதை கேட்க பெருமிதமாக இருந்தது. அதைவிட, தோட்டத்தில் முதல் முறையாக

தக்காளி தோன்றியபொழுது, அந்த சிறிய சிவப்பு நிற, பனியில் நனைந்த உருண்டையைப் பார்த்து அவர் மகன் அடைந்த ஆனந்தம் தான் அவருக்குள் இன்னும் நீங்காத நினைவாக இருக்கிறது. "அப்பா, அப்பா, இத பாரு. இத பாரு. டொமாட்டோ. டொமாட்டோ" என்று கத்திய அரை நிஜார் அணிந்த சிறியவனின் முகத்தை நினைத்து தனக்குள் சிரித்துக்கொண்டார்.

அவள் தான் கதவுகளை எல்லாம் க்ரில் கதவுகளாக வைக்கச் சொன்னாள். வீடு முழுவதும் பெரிய ஜன்னல்கள். எல்லா ஜன்னல்களும் எப்பொழுதும் திறந்திருப்பதால் வீட்டில் எந்த மூலையிலும் இருட்டுக்கு இடமில்லை. அவர் வீட்டில் நிறைந்திருந்த வெள்ளிச்சத்தை, அது தரையில் பிரதிபலித்த ஜன்னல் கம்பிகளையும் பார்த்து பெருமூச்சு விட்டார். அவருக்கு டீ குடிக்கவேண்டும் போல் இருந்தது. மெதுவாக சமயலறைக்கு நடந்து சென்றார். சமயலறை மேடை சுத்தமாக இருந்ததைப் பார்த்து மறுபடியும் பெருமூச்சு விட்டார். அவளிருந்தவரை சமயலறை மேடை என்றும் சுத்தமா இருந்ததில்லை. இப்பொழுது அந்த கருப்பு கிரானைட் மேடை பளபளக்கிறது. ஒருகாலத்தில் வீடு முழுவதும் மனிதர்கள் நிரம்பி இருந்தார்கள். வீட்டில் பெற்றோர்கள், தினமும் வந்து செல்லும் உறவினர்கள், நண்பர்கள். சமயலறையில் எப்பொழுதும் அடுப்பு எரிந்துகொண்டு தான் இருக்கும். கொரொனாவுக்கு முன்பு வரை அவர் ஒரு நாளும் தனியாக டீ அருந்தியதில்லை. கொரொனா பலரை கொண்டு சென்றது. அவர் நண்பர்கள், உறவினர்கள் மற்றும் அவர் மனைவியை.

சமையல்காரன் பிளாஸ்க் நிறைய டீ போட்டிருந்தான். ஒரு ஸ்டீல் டம்ளரில் டீயை ஊற்றிக்கொண்டு, மில்க்

பிஸ்கட் பாக்கெட்டை மேல் ஷெல்ஃபிலிருந்து எடுத்துக்கொண்டு டைனிங் டேபிளுக்கு முன் உட்கார்ந்துகொண்டார். வெளியில் நாய் குரைக்கும் சத்தம் கேட்டது. அதையடுத்து ஒரு பூனை மியாவ் என்று முனகியது. வீடு மட்டும் மௌனமாக இருந்தது.

அந்த கொடிய நோய் உலகை தாக்குவதற்கு முன்பு வரை அவர் வாழ்க்கையில் மௌனதிற்கு இடமே இல்லை. வீடு எப்பொழுது சப்தங்கள் நிறைந்ததாக இருந்தது. நண்பர்களின் சிரிப்பொலி, ரேடியோவில் பாட்டு சத்தம், மிக்ஸியின் மேல்ஸ்தாயி அலறல், டீவியில் கிரிக்கெட் காமெண்ட்ரி, மனைவிக்கு ஊர்க் கதைகளை சொல்லும் உறவினர்கள், மகனின் கல்லூரி நண்பர்களின் கும்மாளம் என்று எப்பொழுதும் கலகலப்பாக இருந்த வீடு, இப்பொழுது அமைதியாக இருந்தது. பெரிய வீடு என்பதால் அந்த அமைதி அவரை மேலும் அழுத்தியது. எழுந்து சென்று டீவியை ஆன் செய்து இந்த அமைதியை குலைக்கவேண்டும் என்று நினைத்துக்கொண்டார். ஆனால் டீவியில் எப்பொழுதும் அறைகுறை ஆடைகள் அணிந்து, தொம் தொம் என்று காது கிழியும் இசைக்கு ஆடிக்கொண்டிருக்கும் பெண்களையோ அல்லது செய்திகள் என்ற பெயரில் ஒருவரை பார்த்து ஒருவர் உரத்த குரலில் கத்திக்கொண்டிருப்பதையோ பார்க்க வேண்டும் என்று நினைத்தபோதே ஆயாசமாக இருந்தது. டைனிங் மேஜைமேல் பழக்கூடை அருகில் பிஸ்கட் பாக்கெட்டையும் டீ கோப்பையும் வைத்துவிட்டு சுவரில் மாட்டியிருந்த அவருடைய மனைவியின் சிரித்த முகத்தை பார்த்தார். பின்பு மகனும் அவன் குடும்பமும் சேர்ந்து நிற்கும் படத்தை பார்த்துக்கொண்டே ஏதோ நினைவில் ஆழ்ந்தார்.

அருகில் வந்த நாய் பிஸ்கட் பாக்கெட்டை திறந்து இரண்டு பிஸ்கட்டுகளை வாயில் கவ்வியது. ஜன்னல் வழியாக வந்த குரங்கு மேஜைமேல் வைத்திருந்த வாழைப்பழத்தை கையிலேந்திக்கொண்டு அவரது இடது தோளின் மேல் உட்கார்ந்தது. பூனை மேஜைமேல் வைத்திருந்த டீயை ஊதி குடிக்க ஆரம்பித்தது. "என்ன ரொம்ப டல்லா இருக்க. மாலையில மகனோட பேசணும்னா காலைலெர்ந்து உன்னை யாரும் கையில் பிடிக்க முடியாது. இன்னிக்கி ஏன் இந்த சோகம்?" என்று குரங்கு கேட்டது. "இன்னிக்கி கால் கேன்ஸல்" என்றது பூனை. "ஆமாம். அவர்களுக்கு ஏதோ வேலை இருக்கிறதாம். அதனால் அடுத்த வாரம் பேசுவார்கள்." என்றது நாய். பூனை ஏளனமாக சிரித்தது. "எங்கே மறுபடியும் வீடு பத்தி தகராறு வருமோன்னு போன் பேசுறதை தள்ளிவச்சிருப்பாங்க" என்றது. "என்ன தகராறு?" என்று குரங்கு கேட்க, "போன ஆறு மாசமா நடக்கிற தகராறு தான். நான் எதுக்கு இந்த வீட்டை விட்டு முதியவர்களுக்கான அபார்ட்மெண்ட் காம்ப்ளக்ஸ்சுக்கு போகணும்? என்னோட நினைவுகளெல்லாம் இந்த வீட்ல தான் இருக்கு. இத எவனோ இடிச்சி அபார்ட்மெண்ட்டா கட்டுவான். வீட்டை மட்டுமில்ல, என்னோட நினைவுகளையும் இடித்துவிடுவான். நான் போன பிறகு நீ எது வேணும்னாலும் செஞ்சிக்கோ. நான் இருக்கற வரைக்கும் இந்த வீட்லதான் இருப்பேன்னு தீர்மானமா சொல்லிட்டேன். இருந்தாலும் ஒவ்வொருமுறை பேசும்போதும் இதை பத்தியே பேச்சு வருது. எனக்கு கோவம் வருது" என்றார்.

"இந்த முறை உங்க மருமகளும் சேர்ந்துகொண்டாள் போல?" என்று குரங்கு கேட்க. "மருமகள் மட்டும்

அல்ல, பேத்தியும் கூட" என்றது நாய். "அப்பா, நீங்க இவருக்கு ரொம்ப டென்ஷன் கொடுக்கறீங்க. இங்க வாங்கன்னு சொன்னா வரமாட்டேன் என்கிறீர்கள். ஒரு அபார்ட்மெண்டுக்கு ஷிப்ட் செய்யுங்கள்னு சொன்னாலும் கேக்க மாட்டேன்றீங்கன்னு என் மருமகள் கூறுகிறாள். "கிராண்ட்பா, வொய் ஆர் யூ அலோன். கம் ஹியர்" என்று என் பேத்தி என்னை அமெரிக்காவுக்கு கூப்பிடுகிறாள். "யு ஆர் பீயிங் அன்ரீசநெபுல்" என்றான் என் மகன். அவனுக்கு என் மேல் அவ்வளவு அக்கறை என்றால் அவன் இங்கு வரவேண்டியது தானே." அவர் குரல் உயர்ந்தது. "எனக்கு யார் தயவும் வேண்டாம். நான் தனியாக இருப்பேன். என்னை தனியாக இருக்க விடு" என்று கத்தினார். அவர் குரல் வீட்டின் அமைதியை குலைத்தது.

நாய் அதன் கையை அவர் தொடை மேல் வைத்து, "உங்கள் நல்லதுக்கு தானே சொல்கிறான். அவன் சொல்வதையும் கேட்கலாமே?" என்றது. அவருக்கு மறுபடியும் கோபம். "ஏன். ஏன் நானே எப்பொழுதும் எல்லோருடைய பேச்சையும் கேட்கவேண்டும்? அவனால் திரும்பி வரமுடியுமா?" மறுபடியும் அவர் குரல் உயர்ந்தது. "வர முடியாது இல்ல? அவன் பசங்க வரமாட்டாங்க. அவன் அவங்களை விட்டு வரமாட்டான். நான் மட்டும் என் மனைவியை விட்டுட்டு போகணுமா? என்னால எப்படி முடியும்?" மனைவியின் புகைப்படத்தை பார்த்துவிட்டு தேம்பி தேம்பி அழ ஆரம்பித்தார். அமைதியானபின், "நான் தனியாக இருக்கக்கூடாது என்று தானே மேல் மாடியில் உறவினரை குடித்தனம் வைத்திருக்கிறேன்" என்றார்.

"என்ன லாபம்?" என்று பூனை கேட்டது. "கணவன் மனைவி இருவரும் வேலைக்கு செல்கிறார்கள். ஒரே

மகன். அவனும் கல்லூரிக்கு சென்று விடுவான். வயதான பாட்டி வீட்டில் இருக்கிறாள். அவளுக்கு ஒன்று என்றால் நீ தான் பார்த்துக்கொள்ள வேண்டும். அவர்கள் இருந்தும் ஒரு பிரயோஜனம் இல்லை" என்றது.

"யார் இருக்கிறார்களோ இல்லையோ, என்னால் தனியாக இருக்க முடியும்" என்று உறுதியாக கூறினார்.

பூனை சிரித்தது. "இருக்கலாம் ஆனால் உன் நண்பன் இரண்டு நாட்களுக்கு முன் இறந்தான். அது யாருக்கும் அன்று தெரியவில்லை. அடுத்த நாள் தான் தெரிந்தது"

"எப்படி இருந்தால் என்ன? நான் செத்தால் சாகிறேன். அதற்கு பிறகு என்ன நடக்கிறது என்று எனக்கு தெரியாது. என்ன நடந்தாலும் நடக்கட்டும்" மறுபடியும் அவர் குரல் வீட்டின் அமைதியை குலைத்தது.

"என்னால் தனியாக இருக்க முடியும்", என்று அவர் சொன்ன வாக்கியத்தை மறுபடியும் சொன்னது அந்த பச்சை கிளி. "என்னால் தனியாக இருக்க முடியும்."

காலிங் பெல் அடித்ததைக் கேட்டு அவர் துணுக்குற்றார். மெதுவாக நடந்து வாசல் பக்கம் வந்தார். மேல் மாடியில் வசிக்கும் அவர் உறவுக்கார பெண்ணின் கல்லூரி செல்லும் மகன் கதவை திறந்துகொண்டு உள்ளே வந்தான். "உள்ள வாடா." என்று அவனை உள்ளே அழைத்தார். அவன் டைனிங் மேஜை அருகே வந்து, திறந்திருந்த பிஸ்கட் பாக்கெட், கோப்பையில் டீ மற்றும் வாழைப்பழ தோலை பார்த்தான். நாற்காலியில் உட்காராமல் நின்றுக்கொண்டே இருந்தான்.

"என்ன இப்படி?" என்று கேட்டார்.

"பாட்டி உங்கள பாத்திட்டு வரச்சொன்னாங்க. இங்கிருந்து ஏதோ சண்ட போடற சத்தமும், யாரோ

அழுவுற சத்தமும் கேட்டிச்சினாங்க. யாராவது வந்தாங்களா?" என்று கேட்டான்.

"யாரும் வரலையே. டீவி சத்தமா இருக்குமோ என்னவோ" என்றார்.

அவன் குழம்பி இருப்பதை பார்த்தார். "டீவி ஆன்ல இல்லையே" என்றான்.

"பக்கத்து வீட்டுதா இருக்கும்" என்றார்.

அந்த வீட்டின் அமைதி அவனை தாக்கியது. சற்று நேரம் ஒன்றும் சொல்லாமல் வீட்டை நோட்டமிட்டான். வீட்டில் எந்த அசைவும் இல்லை, எந்த சப்தமும் இல்லை.

வீட்டைவிட்டு புறப்படத் தயாராக இருந்த அவனுக்கு ஏதோ தோன்றியது. "நீங்கள் ஏதாவது உங்களுடனே பேசிக்கொள்கிறீர்களா? என்று கேட்டான்.

"இல்லையே," என்றார் அவர். "எனக்கு ஒன்றுமில்லை. நான் நன்றாக இருக்கிறேன்"

"எனக்கு ஒன்றுமில்லை நான் நன்றாக இருக்கிறேன்," கிளி அவர் காதில் கிசுகிசுத்தது.

அவனுக்கு நம்பிக்கை வரவில்லை. வீட்டை ஒருமுறை மறுபடியும் நோட்டமிட்டுவிட்டு "ஏதாவது வேணும்னா கூப்பிடுங்க" என்று கூறிவிட்டு சென்றான்.

அவன் சென்ற பிறகு மனைவியின் புகைப்படத்தை பார்த்தார். அவள் அவரை பரிதாபமாக பார்ப்பது போல் அவருக்கு தோன்றியது. அன்று இரவு, "நீ சொன்ன அபார்ட்மெண்ட் பெயர் என்ன?" என்ற கேள்வியை வாட்ஸாபில் அவர் மகனுக்கு அனுப்பினார்.

தனிமை

எப்பொழுதும் போல் எல்லா விளக்குகளையும் அணைத்துவிட்டு பெரிய கண்ணாடி ஜன்னல் அருகில், பிக்சர் விண்டோ என்கிறார்கள், குஷன் நாற்காலியில், கையில் வைன் கோப்பையுடன் அமர்ந்தாள். வெளியே இருள் கவ்வியிருந்தது. கண்கள் பழகப் பழக வடிவங்கள் தெரிய ஆரம்பித்தன. இருபது வருடங்களுக்கு மேலான பழக்கம் இது.

ஊருக்கு வெளியில் இருந்த இந்த வீட்டை இருளுக்காகவே அவள் வாங்கியிருந்தாள். முதலில் நகரத்தில் இருந்தாள். ஆனால் அவளுக்கு வேண்டிய இருள் கிடைக்கவில்லை. தனிமையில் இருளை பார்த்துக் கொண்டிருப்பது அவளுடைய இரவு நேர பொழுதுபோக்கு. இன்று நிலவொளி அதிகமாக இல்லை என்றாலும் மூன்றாம் பிறையின் ஒளியில் மெதுவாக எல்லாம் தெரிய ஆரம்பித்தன. இப்பொழுது பூனையின் கண்கள் போல் அவளால் இருளில் பார்க்க முடியும். இரவு பத்து மணிக்கு விளக்குகளுடன் மொபைலையும் அணைத்து விடுவாள். செயற்கை வெளிச்சமும் சத்தமும் இல்லாத சூழலை உருவாக்கிக் கொண்டு, வைன் ருசித்தபடி ஒரு மணி நேரத்துக்கும் மேல் உட்கார்ந்திருப்பாள்.

இருபது வருடங்களாக நிகழாத ஒன்று அன்று நிகழ்ந்தது. இருளின் அமைதியை காலிங் பெல்லின்

எஸ்.சுரேஷ்

ஓசை கீறி சிதைத்தது. திடுக்கிட்டு எழுந்த அவளின் கோப்பையிலிருந்து மது சிந்தியது. படபடக்கும் நெஞ்சுடன் கதவருகே சென்ற அவளுக்கு, “அம்மா, உங்கள இப்பொழுதே பாக்கணும்னு ஒருவர் வந்திருக்காரு” என்ற காவல்காரனின் குரல் கேட்டது.

வெள்ளை உடுப்பில் நின்ற டிரைவர் மொபைல் ஃபோனை நீட்டினான் “புரொஃபசர் உங்களோட பேசணுமாம்.”

புரொஃபசர் “டிரைவர் அழைத்துச் செல்லும் வீட்டுக்குப் போ. அங்கே இருக்கும் பெண்மணியை பரிசோதித்து அவளுக்கு வேண்டிய மருந்துகள் கொடு.”

புரொஃபசர் பல காலங்களுக்கு முன் அவளுக்கு வாத்தியாராக இருந்திருக்கிறார். அவர் கட்டளையை மீற முடியாது. ஸ்டெதஸ்கோப்பையும் பையையும் எடுத்துக்கொண்டு கிளம்பினாள்.

நகரத்தில் மின்னும் மின்சார விளக்குகளினூடே, பணக்காரர்கள் மட்டும் வாழும் ஒரு பகுதியில் இருந்த பங்களாவை அடைந்தனர். இரண்டடுக்குகள் கொண்ட வீட்டின் முதல் மாடிக்கு அவள் அழைத்துச் செல்லப்பட்டாள். புரொஃபசர் ”இவர்கள் ராஜபரம்பரையை சேர்ந்தவர்கள்.” காத்திருப்பதற்கான அறையில் அவளை அமர்த்திவிட்டு டிரைவர் எங்கோ சென்றுவிட்டான். அந்த அறை அவள் ஹால் அளவு பெரிதாக இருந்தது. டீக் மரத்தினாலான அலமாரிகள், நாற்காலிகள். பளிங்குத் தரை பளபளத்தது. பளிச்சிடும் வெண்ணிறச் சுவர்கள். அறை நடுவில் உயர்ரக பெர்ஷியன் கார்பெட். பார்வைக்காக வைக்கப்பட்டிருந்த பொம்மைகள் எல்லாம் சுத்தமாக துடைக்கப்பட்டு அதனதன் இடத்தில் இருந்தன. தூசு என்னும் பேச்சுக்கே

இடமில்லை. விசாலமான அறை அவள் தனிமையை தீவிரமாக்கியது. இனம் புரியாத பயம் அவள் நெஞ்சை கவ்வியது. இருட்டில் தினமும் உட்கார்ந்திருக்கும் தனக்கு வெளிச்சத்தில் அச்சம் ஏற்பட்டதை கண்டு அவளே சிரித்துக்கொண்டாள்..

அவளை உள்ளே அழைக்க யாரும் வரவில்லை. வாசல் கதவுக்கு வெளியே பார்த்தாள். எதிரில் ஒரு லான். முதல் மாடியிலும் ஒரு லான். அதில் இரண்டு வெள்ளை இரும்பு நாற்காலிகள். புல்தரைக்கு அப்பால் இருட்டு. சுவரில் பொருத்தப்பட்ட இரண்டு மின்விளக்குகள் புல்தரையை வெளிச்சத்தில் நனைத்தன. அந்த இரண்டு வெள்ளை நாற்காலிகளும் யாருக்காகவோ காத்திருப்பது போல் அவளுக்கு பட்டது. அந்த பெரிய வீட்டில் எங்கும் தனிமை நிறைந்திருப்பது போல் அவள் உணர்ந்தாள். யாராவது அந்த நாற்காலிகளில் உட்கார்ந்தால் தனிமை விலகும். ஆனால் நாற்காலிகளைப் பார்த்தால் அவை வெகு நாட்களாக யாரையோ எதிர்ப்பார்த்துக் கொண்டிருப்பது போல் தோன்றியது. யாரும் வரமாட்டார்கள் என்று நினைத்துக் கொண்டபொழுது அவளுக்கே தூக்கிவாரிப் போட்டது.

"அம்மா கூப்பிடறாங்க"

சிங்கிள் பெட்ரூம் ஃப்ளாட் கட்டலாம் போல் இருந்த ஹாலின் ஒரு மூலையில் சக்கரவண்டியில் ஒரு முதிய பெண்மணி உட்கார்ந்திருந்தாள். ராஜகம்பீரம் என்றால் என்ன என்று அவளுக்கு அந்தப் பெண்மணியை பார்த்ததும் புரிந்தது. ஐந்து நட்சத்திர விடுதிகளில் நாட்டின் முதன்மை பணக்காரர்களுடனும், முதல்வர் மற்றும் கவர்னருடனும் வெகு இயல்பாகப் பேசும் அவள் இந்தப் பெண்மணியின் முன் மௌனமாக

நின்றாள். ஒரு பிரஜை அரசியின் ஆக்ஞை இன்றி பேசக்கூடாது. சுருக்கங்கள் நிரம்பிய முகம், நரைத்த தலைமுடி, மனதுக்குள் ஊடுருவிப் பார்க்கும் கூர்ந்த பார்வை. அந்தப் பார்வை அவளை எடை போடுவது போல் இருந்தது. அவள் மனதில் மறுபடியும் ஏதோ ஒரு அச்சம் தோன்றியது.

ராஜமாதா – ஆம் அவள் ராஜமாதாவாகதான் இருக்கவேண்டும் – சைகை செய்ய, பக்கத்தில் இருந்த பெண் ராஜமாதாவின் உடம்புக்கு என்ன பிரச்னை என்பதைக் கூறிவிட்டு மௌனமானாள். ராஜமாதாவைப் பரிசோதித்து மருந்துச் சீட்டு எழுதிக் கொடுத்தவுடன் அதை வாங்கிக்கொண்ட பெண் "நீங்கள் டீ குடிக்கிறீர்களா?" என்று கேட்டதும் ராஜமாதா அவளை உற்றுப் பார்த்தாள். உடனே அந்தப் பெண் தலை குனிந்து நின்றாள். "இல்லை, வேண்டாம்" என்று அவள் சொல்லவும், ராஜமாதாவின் சக்கர நாற்காலியை தள்ளிக்கொண்டு அந்தப் பெண் ஹாலைவிட்டு உள்ளே சென்றாள். யாரும் அவளுக்கு நன்றி சொல்லவில்லை. அவள் மட்டும் அந்த அதிபெரிய அறையில் தனியாக நின்றாள். மெதுவாக வீட்டை விட்டு வெளியே வந்தாள். இரண்டு வெள்ளை நாற்காலிகள் மஞ்சள் நிற வெளிச்சத்தில் யாருக்காகவோ காத்துக்கொண்டிருந்தன.

வீட்டுக்கு வந்தவுடன் இருட்டில் மறுபடியும் ஜன்னலருகே உட்கார்ந்தாள். மிக கோபமான மனநிலையில் இருந்த அவளால் வைனை ரசிக்க முடியவில்லை. அங்கு சென்று அவமானப்பட்டதை நினைத்து தனக்குள் குமுறினாள். கோபக்கனல் அவளுக்குள் கொழுந்துவிட்டு எரிந்து கொண்டிருந்தது. இவ்வளவு பெயர் பெற்ற அவளை ஒரு பணிப்பெண் போல் அந்த சக்கர நாற்காலியில் உட்கார்ந்திருந்த

பெண்மணி நடத்தினாள். அவள் ராஜமாதாவாக இருந்தால் எனக்கென்ன. உலகிலேயே மிகப் பெரிய பணக்காரியாக இருந்தாலும் பரவாயில்லை, நான் அவள் வீட்டிற்கு இனி செல்லப் போவதில்லை. புரொஃபசரிடம் கறாராக சொல்லிவிடுகிறேன். அன்று இரவு கனவில் இரண்டு வெள்ளை நாற்காலிகள் தோன்றின.

அடுத்த முறை டிரைவர் ஒன்பது மணிக்கே வந்துவிட்டான். அவள் உடனே கிளம்பினாள். முதல் முறை போல் சற்று நேரம் வரவேற்பு அறையில் உட்கார்ந்திருந்தாள். அந்த வீடு ஒரு பூட்டிக் கிடக்கும் ம்யூசியம் போல் அவள் கண்ணுக்கு பட்டது. எல்லா பொருள்களும் பளபளப்பாக இருந்தன. ஆனால் எல்லாம் உயிரற்றவையாக இருந்தன. என் வீட்டில் எல்லா பொருள்களும் உயிருடன் இருப்பது போல் எனக்குத் தெரியும் ஆனால் இங்கோ எல்லாம் உயிரிழந்த சடலங்களாக இருக்கின்றன. ஏனோ மனிதர்கள் இருந்தாலும் இந்த வீட்டில் உயிர் இல்லை.

இந்த முறை இரண்டாவது மாடியில் இருந்த ராஜமாதாவின் அறைக்குள் அவளை நுழைய அனுமதித்தார்கள். நான்கு பேர் படுக்கக்கூடிய பெரிய கட்டிலில் அவள் சாய்ந்து உட்கார்ந்து கொண்டிருந்தாள். படுக்கையறையும் பிரம்மாண்டமாக இருந்தது. ராஜமாதாவை அந்தப் பெரிய அறையில் பார்த்தபோது உலகமே ராஜமாதாவை கைவிட்டுவிட்டதுபோல் அவளுக்கு தோன்றியது. ஒரு வினாடி அவளுக்காக பரிதாபப்பட்டாள். வாய் திறந்து பேசினால் எங்கு இந்த ஆழ்ந்த மௌனம் கலைந்துவிடுமோ என்ற பயத்தில் பேசாமல் ராஜமாதாவைப் பரிசோதித்தாள். எல்லா சோதனைகளும் முடிந்தவுடன், "இவங்களுக்கு டீ கொண்டு வா" என்று ராஜமாதா சொல்ல, டீ வந்தது.

இரவுப்பொழுது அவளுக்கு டீ குடிக்கும் பழக்கம் இல்லையென்றாலும் ஆணையை மீற முடியவில்லை. அது ஆணைதானே? அவள் எங்கு என்னை டீ குடிக்கிறாயா என்று கேட்டாள்? இந்த முறையும் ஒன்றும் பேசாமல் வெளியே வந்தாள். எப்பொழுதும் போல் வெளிச்சத்தில் இரு நாற்காலிகள்.

அடுத்த முறை எப்படியாவது பேசிவிடவேண்டும் என்று முடிவு செய்தாள். இந்த முறை அவளை காக்க வைக்கவில்லை. நேராக ராஜமாதாவின்- அவள் பெயர் தான் என்ன?- அறைக்குள் அழைத்துச் சென்றார்கள். டீ குடித்துக்கொண்டே ராஜமாதாவை கேட்டாள் – உங்களுக்கு யாரும் இல்லையா? அவளைச் சுட்டுவிடுவது போல் ராஜமாதா ஒரு பார்வை பார்த்தாள். உன் வேலையை நீ பார் என்று சொல்வது போல் இருந்தது அந்தப் பார்வை. அவள் தலை குனிந்து டீ குடிப்பதில் கவனம் செலுத்த ஆரம்பித்தாள். வெளியே வரும்பொழுது டீ கொடுத்த பெண்மணி அவள் காதில் மெதுவாக, இரண்டு மகன்கள். இருவரும் வெளிநாட்டில், என்று சொன்னாள்.

அமாவாசை. வீட்டுக்கு வெளியில் நாற்காலியை போட்டு உட்கார்ந்து கொண்டிருந்தாள். அருகில் வெளிச்சம் எதுவும் இல்லை. இருளும் தனிமையும். அண்ணாந்து ஆகாயத்தைப் பார்த்தாள். விண்மீன்கள் கண் சிமிட்டின. அவள் கூர்ந்து பார்க்கும் பொழுது புதுப்புது விண்மீன்கள் தெரிய ஆரம்பித்தன. விண்மீன்களின் ஒளியில் எல்லாம் தெளிவாக தெரிவது போல் இருந்தது. வைன் சற்று அதிகம் பருகிவிட்டிருந்ததால் காற்றில் மிதப்பது போல் ஒரு உணர்வு. கண்ணை மூடிக்கொண்டாள். கண்ணை திறந்து பார்க்கையில் விண்மீன்கள் மறுபடியும் அவளைப்

பார்த்து கண் சிமிட்டின. இப்பொழுது இருள் சூழ்ந்திருக்கும் கடலுக்கு நடுவில் ஒரு மிக பெரிய கப்பலில் இருந்தாள். வலது புறம் திரும்பிய பொழுது பெரிய கட்டில் ஒன்றைப் பார்த்தாள். அதில் ராஜமாதா ஆகாயத்தை வெறித்துப் பார்த்துக்கொண்டிருந்தாள். எங்கிருந்தோ வந்த ஒளி கப்பலின் ஒரு கோடியில் வட்டமாக விழுந்தது. அந்த வட்டத்துக்கு நடுவில் அதே வெள்ளை நாற்காலிகள்.

இந்த முறை டிரைவர் அவள் ஹாஸ்பிடலின் அலுவலக அறைக்கு வந்துவிட்டான். ராஜமாதா மூன்றாவது மாடியில் வி.ஐ.பி.களுக்கான ஐசியு அறையில் இருந்தாள். சற்று சோர்ந்திருந்தாலும் கம்பீரம் குறையவில்லை. ஆஸ்பத்திரி என்பதால் அவள் தைரியமாக பேசினாள். – வலிக்கிறதா? – ஆம் – ஸிடெரோய்ட் இஞ்ஜெக்ஷன் போடச் சொல்கிறேன் – அவள் ராஜமாதாவை பரிசோதிக்க ஆரம்பித்தாள். பரிசோதித்துக் கொண்டிருக்கும்போது திடீரென்று ராஜமாதா இவள் கையை இறுகப் பற்றினாள். ஒல்லியாக இருந்தாலும் பிடி பலமாக இருந்தது. அவளுக்கு கை வலிக்க ஆரம்பித்தது. ராஜமாதாவின் வலி அதிகரித்துவிட்டதை அவள் அறிந்தாள். முகத்தில் சுருக்கங்கள் அதிகமாக, கண்கள் இரண்டும் இடுங்க, பற்களை நறநறவென்று கடித்துக்கொண்டு ராஜமாதா அவள் கைகளைப் பிடித்து வலுவாக இழுத்தாள். இழுத்தவுடன் அவள் குனிந்தாள். அவள் முகம் இப்பொழுது ராஜமாதாவின் முகத்துக்கு அருகில் இருந்தது. ராஜமாதாவின் கண்கள் விரிந்து அவளை கண்ணிமைக்காமல் உற்றுப் பார்த்தன. அந்த கண்களில் பயம் கூடிக்கொண்டிருப்பதை அவள் பார்த்தாள். – என்னை எப்படியாவது காப்பாற்றிவிடு – என்று அவை கதறின. இனி உலகில் அதிகம் நேரம்

இருக்கமுடியாது என்று நம்பிய ஒருவரின் பார்வை அது. – நான் உலகை விட்டுச்செல்ல தயாராக இல்லை – அவளால் மூச்சு விட முடியவில்லை. சட்டென்று பிடி தளர்ந்தது. திடுக்கிட்டு ராஜமாதாவை பார்த்தாள். ராஜமாதா வாய் வழியாய் மூச்சு விட்டுக் கொண்டிருந்தாள். அங்கு விட்டு விலகப் பார்த்த அவள் கையை மறுபடியும் ராஜமாதா பிடித்துக்கொண்டாள். ஏதோ சொல்ல வருகிறாள் என்று அவளுக்கு தெரிந்தது ஆனால் வாயை விட்டு வார்த்தை வரவில்லை. மறுபடியும் முயற்சி செய்து தோற்றாள். மூன்றாவது முறை, வாழ்க்கையில் யாருக்கும் அதிகம் சொல்லாத அந்த வார்த்தை வெளிப்பட்டது – நன்றி – சில வினாடிகள் கண்களை மூடிக்கொண்டிருந்த ராஜமாதா கண்களை திறந்து – இனி நீ போகலாம் – என்று அவளுக்கு சைகை செய்தாள். இரண்டு நாட்களுக்குப் பிறகு ராஜமாதாவை டிஸ்சார்ஜ் செய்துவிட்டதாக செய்தி வந்தது. அதற்குப் பிறகு அவளுக்கு ராஜமாதா வீட்டிலிருந்து அழைப்பு வரவில்லை.

இப்பொழுதெல்லாம் அவள் இரவு பத்துமணிக்கெல்லாம் தூங்கிவிடுகிறாள். இருந்தாலும் அவ்வப்போது கனவில் அந்த இரு வெற்று நாற்காலிகள் வரத்தான் செய்கின்றன.

உன்னைக் கட்டிக் கொண்டு வாழ்வதற்கான காரணங்கள் சொல்லக் கூடியவையல்ல

ஐந்தடி பத்து அங்குல உயரம், ஸ்வரவ்ஸ்கி கிரிஸ்டல்ஸ் பதித்த நீல நிற பட்டுச் சேலை. நேர்கொண்ட பார்வையும் நிமிர்ந்த நன்னடையுமாய் தங்களை நோக்கி வந்த வர்ஷாவை விருந்தினர்கள் மேல் பன்னீர் தெளிக்க அமர்த்தப்பட்ட மூன்று பெண்களும், வாயில் காவலனும், மாளிகையை அலங்கரித்துக் கொண்டிருந்தவர்களும் வாய் திறந்து இமை மூடாமல் பார்த்தார்கள். இவர்கள் யாரையும் கவனிக்காமல் அரவிந்துடன் ஹாலுக்குள் நுழைந்தாள் வர்ஷா. ஹாலின் மறுபுறத்தில் உள்ள கதவை காட்டி, "அந்த கதவ திறந்தா வேற லோகம். அங்கதான் அம்மாவும் இருக்கா", என்று சொல்லிவிட்டு அரவிந்த் வேறு யாரையோ வரவேற்க சென்றுவிட்டான்.

ஐநூறு பேர் தாராளமாக கொள்ளும் ஹால் அலங்கரிக்கப்படுவதை பார்த்தபடியே மறுபக்கம் சென்று கொண்டிருந்த வர்ஷா தன் பெயரை சொல்லி யாரோ கூப்பிடுவதை கேட்டு திரும்பி பார்த்தாள். அன்னபூர்ணா ஆண்ட்டி வேகமாக அருகில் வந்து வர்ஷாவை அணைத்துக்கொண்டு, "எவ்வளவு நாள் ஆயிற்று உன்னை பார்த்து. எப்படி இருக்கிறாய்?" என்று

கேட்டாள். "நீ இவ்வளவு இறுக்கமாக கட்டிக்கொண்டால் அவள் புடவை கசங்கிவிட போகிறது. கொஞ்சியது போதும். அவளை விடு", என்று கூறிக்கொண்டு ராவ் அங்கிள் அருகில் வந்தார்.

"உன் புடவை அருமையா இருக்கு. இன்னிக்கி நீ ரொம்ப அழகா இருக்க. தலைல ஒரு முழம் மல்லிப்பூ வச்சிருந்தா அப்படியே மஹாலக்ஷ்மி மாதிரி இருப்ப", என்றாள் அன்னபூர்ணா ஆண்ட்டி.

"அதெல்லாம் ஓல்ட் ஃபேஷன்", என்றார் ராவ்

"அழகா இருப்பது எப்பவுமே ஃபேஷன்தான்", என்றாள் அன்னபூர்ணா ஆண்ட்டி

"யெஸ்" என்ற வர்ஷா அன்னபூர்ணா ஆண்ட்டிக்கு ஹை ஃபைவ் கொடுத்தாள்.

வர்ஷாவுக்கு இந்த தம்பதியை பார்த்தபோதெல்லாம் அவள் பால்ய நினைவுகள் மேலோங்கி வந்தது. அவர்கள் பக்கத்து வீட்டில் இருந்ததும், வர்ஷாவை தங்கள் குழந்தை போலவே பார்த்துக்கொண்டதும் மனக்கண் முன் தோன்றின. அவர்கள் இன்னும் தன் மேல் அதே அளவு பாசம் வைத்திருப்பதை கண்டு வர்ஷா நெகிழ்ந்தாள். எப்பொழுதும் போல், "இவர்களுக்கு நிஷா எப்படி மகளாக பிறந்தாள்?" என்ற கேள்வி மனதுக்குள் எழுந்தது.

வர்ஷா கார்டனுக்கு செல்லும் கதவை திறந்தவுடன் ராட்சச ஸ்பீக்கரிலிருந்து அவள் காதுகளை செவிடாக்கும் அளவுக்கு ஒலி கேட்க முகம் சுளித்தாள்.

வர்ஷாவின் கண்ணுக்கு முன் பரந்திருந்த புல்வெளியில் நான்கு வடநாட்டு ஆண்கள் அங்கு கூடியிருந்த பெண்களுக்கு மருதாணி இட்டுக்கொண்டிருப்பதை

கண்டாள். வர்ஷாவின் மகள் ஓடி வந்து தன் கைகளை காட்டி, "இந்த பேட்டர்ன் நல்லா இருக்கு இல்ல?" என்று கேட்டாள். "ரொம்ப நல்லா இருக்கு", என்று சொன்னவுடன் அங்கிருந்து ஓடி அவள் நண்பர்கள் கூட்டத்தில் மறைந்தாள். நாலாபுறமும் பிரகாஷை தேடிய வர்ஷாவின் கண்களுக்கு தூரத்தில் ஒரு செயற்கை அருவியும், மரங்களிலிருந்து வழியும் சீரியல் பல்புகளும், சிறு குளமும் அதில் இரு வாத்துகளும்தான் தென்பட்டன. "வர்ஷா" என்று மறுபடியும் ஒரு குரல் கேட்டது. பிரதீபாவின் குரல். பிரதீபா மணமகளின் தாய். வர்ஷாவுடைய இளவயது தோழி. வர்ஷாவின் இரண்டு ரகமான தோழிகளில் பிரதீபா முதல் ரகத்தை சேர்ந்தவள். வர்ஷாவின் வெற்றிகளை தன் வெற்றியாய் நினைத்து அவளுக்கு தோழியாக இருப்பதை பெருமையாக நினைப்பவள். இன்னொரு ரகம் வர்ஷா எட்டிய உயரங்களை கண்டு பொறாமைப்பட்டவர்கள். அந்த சங்கத்துக்கு நிஷா நியமிக்கப்படாத தலைவியாக இயங்கினாள்.

வர்ஷாவைப் பார்த்தவுடன் பிரதீபா கூறிய முதல் வாக்கியம், "பிரகாஷ் ஒரு மணி நேரமா குடிக்கிறான். எப்பவும் போல நிஷா என்கரேஜ் செய்யறா". அதற்கு பிறகு தான், "வாவ். புடவை சூப்பர். உன் செலெக்ஷன் எப்பவுமே சூப்பர்தான்" என்று சொன்னாள். பிரகாஷ் எங்கிருக்கிறான் என்று வர்ஷா கேட்பதற்குமுன், பிரதீபாவின் தந்தை வர்ஷாவை கைகாட்டி அழைத்தார்.

வர்ஷா அவர் அருகில் உட்கார்ந்தவுடன், "என்னம்மா வர்ஷா. நீயும் டான்ஸ் ஆடப் போறியா?" என்று கேட்டார்.

பாட்டுச் சத்தம் காதைப் பிளந்து கொண்டிருந்ததால் அவர் உரக்கப் பேச வேண்டியிருந்தது. அப்படியிருந்தும்

எஸ்.சுரேஷ்

வர்ஷாவுக்கு அவர் பேசியது காதில் சரியாக விழவில்லை. அவர் மறுபடியும் அதே கேள்வியை இன்னும் உரக்க கேட்டார்.

"வை நாட்?" என்றார் பிரதீபாவின் தாயார். "கல்லூரியில் டான்ஸ் போட்டியென்றால் அதில் வர்ஷாதான் ஜெயிப்பாள் என்று பிரதீபா கூறியிருக்கிறாள்."

"அப்படியென்றால் சரி. இப்பொழுதெல்லாம் டான்ஸ் தெரியவில்லை என்றால் கல்யாண சத்திரத்துக்குள் விடுவதில்லை தெரியுமா?".

"அப்பா டோன்ட் எக்ஸாஜிரேட்", என்ற பிரதீபா, "இவர் இப்படித்தான் ஏதாவது சொல்லிக் கொண்டிருப்பார். அதுதான் அவர் வேலை. நாம போகலாம் வா", என்று கூறிவிட்டு வர்ஷாவை அழைத்துக்கொண்டு நூறு மீட்டர் தூரத்தில் இருந்த கண்ணாடி மாளிகையை நோக்கி நடக்க ஆரம்பித்தாள். வளைந்து நெளிந்து சென்ற பாதையின் வலதுபுறத்தில் வண்ண ரோஜாக்கள் பூத்து குலுங்கின.. இடது பக்கம் டிஸ்க் ஜாக்கி ஒருவன் சிடிகளை மாற்ற, இளம் பெண் ஒருத்தி மைக்கில் "பீப்பிள் லெட் மீ சீ சம் எனர்ஜி" என்று கத்த, கூடியிருந்த இளைஞர் கூட்டம் புயலில் சிக்கிய தென்னை மரம்போல் தலையை வேகமாக ஆட்ட, மருதாணி காயாத கைகளை வான் நோக்கி வைத்துக்கொண்டு நடனமாடும் பெண்களை கடந்து வர்ஷாவும் பிரதீபாவும் நடந்தனர்.

"நிஷாவுக்கு உன் மேல இன்னும் அந்த கோவமும் பொறாமையும் போகவே இல்ல. பிரகாஷ் உன்ன கல்யாணம் செஞ்சதுலேர்ந்து அவ இப்படி ஆயிட்டா. அப்ப கோவப்பட்டா பொறாமப்பட்டா சரி. இப்போதான் அவளுக்கு எல்லாம் இருக்கே. இன்னும் ஏன் இந்த

கோவமும் பொறாமையும்?” என்று பிரதீபா கேட்டாள்.

“சில பேர மாத்த முடியாது. அவளுக்கு பிரகாஷ் மேல கோவம் இல்ல. அவளுக்கு கல்யாணம் ஆன பிறகு பிரகாஷை காதலிப்பது விட்டுட்டா. ஆனா ஏனோ தெரியல. அவளுக்கு என் மேல கோவமே தீரல”

“நீ நாக்க புடுங்கிக்கிற மாதிரி நாலு வார்த்தை அவக்கிட்ட பேசணும். நீ இன்னும் ஸ்கூல் பிரண்ட் மாதிரியே அவள நடத்திட்டிருக்க.” இருவரும் மௌனமாக நான்கு அடிகள் எடுத்து வைத்த பின்னர் பிரதீபா வர்ஷாவை கேட்டாள், “ஏன்டீ, அந்த ஆள இன்னும் ஏன் டிவோர்ஸ் பண்ணாம இருக்க. எவ்வளவு நாளு தான் அவன் தொல்லைய தாங்கிண்டிருப்ப? அவன் வேலைக்குப் போயி இப்போ என்ன பத்து வருஷம் ஆச்சா? அதுக்கு மேல குடிக்காம ஒரு நாளும் அவனால இருக்க முடியாது. பின்ன எதுக்கு அவன கட்டிண்டு அழற” பிரதீபா இதை ஐம்பதாவது முறை கேட்கிறாள். எப்பொழுதும் போல் வர்ஷா, “பாக்கலாம், பாக்கலாம்” என்றாள்.

ஏதோ பேச ஆரம்பித்த பிரதீபா எதிரில் வந்தவரை நிறுத்தி “இது அமெரிக்காவில் இருக்கும் என் மாமா”, என்று வர்ஷாவுக்கு அறிமுகப்படுத்தினாள்.

“ஓ ஐ ஸீ”, என்றாள் வர்ஷா.

“இவள் என்னுடைய நெருங்கிய தோழி, வர்ஷா. இவள் ஐபிஎம் இந்தியாவின் தலைமை அதிகாரி. இந்தியாவின் டாப் டென் பவர்ஃபுல் பெண்களில் எட்டாவது இடத்தை பிடித்தவள்.”

வர்ஷா ஐபிஎம் இல் தலைமை அதிகாரி என்று கேட்டவுடம் அவர் முகம் மாறியது. இவள் அவர்

பதவியை பற்றி கேட்டால் என்ன சொல்வது என்ற அவர் தவிப்பு வர்ஷாவுக்கு புரிந்தது. வர்ஷா எதுவும் கேட்பதற்கு முன்னால், "கிவ் மீ எ மினிட்", என்று சொல்லிவிட்டு அங்கிருந்து நகர்ந்தார்.

பிரதீபா கேட்ட கேள்வியை வர்ஷா அசை போட்டுக் கொண்டிருந்தாள். தான் ஏன் விவாகரத்து வாங்கவில்லை என்று வர்ஷாவுக்கே விளங்கவில்லை. தனக்கு போட்டியாக வந்த பல ஆண்களை இடது கையால் புறம் தள்ளிவிட்டு முன்னேறிய என்னால் பிரகாஷை ஏன் என் வாழ்க்கையிலிருந்து தூக்கி எறிய முடியவில்லை? எல்லா பக்கமும் வைக்கப்பட்டிருந்த ராட்சச லைட் பல்புகளின் ஒளியில் நாலு பக்கமும் தங்கள் நிழல் கூட வர, மௌனமாக கண்ணாடி மாளிகைக்குள் வர்ஷாவும் பிரதீபாவும் நுழைந்தார்கள். நுழைந்தவுடன் நிஷாவை பார்த்தார்கள். நிஷா அவர்களை பார்த்துவிட்டு கையாட்டினாள். கையில் வைத்திருந்த கோப்பையை உயர்த்தி, "டெகீலா" என்றாள் நிஷா. "உனக்கும் ஒரு கோப்பை சொல்லவா?"

"நீங்க நடத்துங்க. எனக்கு வேலை இருக்கு", என்று சொல்லிவிட்டு பிரதீபா அவர்களிடம் விடை பெற்றாள்.

"உனக்கு என்ன லைம் ஜூஸ் தானா?" என்று வர்ஷாவை கேட்டாள் நிஷா

"ஆம்", என்று சொன்னவுடம் அங்குள்ள ஒரு சர்வரிடம் "ஒரு லைம் ஜூஸ் கொண்டு வா", என்று நிஷா ஆணையிட்டாள்.

வர்ஷாவின் கண்கள் பிரகாஷை தேடின. "பிரகாஷ் அங்க இருக்கான் பார்", என்று வலது மூலையை காட்டினாள் நிஷா.

அந்த மூலையில் பார் இருந்தது. மேஜைகளின் மேல் வைன், விஸ்கி, ஸ்காட்ச், ரம், வொட்கா, டெகிலா, ஜின் என்று பலதரப்பட்ட உயர்ரக மதுபானங்களும், அதை பருகுவதற்கு பல வடிவங்களில் கண்ணாடி கோப்பைகளும், அதன் அருகில் ஐஸ் க்யூப், சோடா மற்றும் ஸ்ப்ரைட் புட்டிகளும் இருந்தன. கொறிப்பதற்காக வறுத்த வேர்க்கடலையும், முந்திரியும் வைக்கப்பட்டிருந்தன. மேஜைக்கு அருகில் கையில் ஒரு கோப்பையுடன் பிரகாஷ் நின்று கொண்டிருந்தான்.

"நான் பிரகாஷுக்காக இங்கு வரவில்லை", என்றாள் வர்ஷா.

அதை கேட்காதவள் போல் நிஷா சொன்னாள், "அவன் குடிக்க ஆரம்பித்து ஒரு மணி நேரம் ஆகிவிட்டது". அவள் உதடுகளில் ஒரு வெற்றிப் புன்னகை இருந்தது.

வர்ஷா பல்லைக் கடித்துக்கொண்டு மௌனமாக இருந்தாள். பிரகாஷை இந்த கல்யாணத்துக்கு வரவேண்டாம் என்று வர்ஷா சொல்லியிருந்தாள். முதலில் சரி என்று சொன்னவன், நிஷாவின் பேச்சை கேட்டு தன் முடிவை மாற்றிக்கொண்டு வர்ஷா வருவதற்கு இரண்டு மணி நேரம் முன்பாகவே இங்கு வந்துவிட்டான்.

"ஒன்று சொல்ல வேண்டும் வர்ஷா. இது போன்ற இடங்களில்தான் பிரகாஷ் மகிழ்ச்சியாக இருக்கிறான். நான் அவனை எப்பொழுது வீட்டில் பார்த்தாலும் டல்லாக இருப்பான். இங்கயாவது அவனை கொஞ்சம் சந்தோஷமாக இருக்க விடு", என்று கூறிவிட்டு வர்ஷாவின் பதிலுக்கு காத்திருக்காமல், "நான் இன்னொரு ரவுண்ட் டெகிலா கொண்டு வரேன்", என்று சொல்லிவிட்டு அங்கிருந்து நகர்ந்தாள்.

எஸ்.சுரேஷ் 113

எப்பொழுதும் போல் நிஷாவின் பேச்சு வர்ஷாவை ஆத்திரப்பட வைத்தது. ஆனால் அவளால் நிஷாவை நோக்கி கடும் சொற்கள் வீச முடியவில்லை. கோபத்தில் இருந்த அவள் தோளை யாரோ தட்ட வர்ஷா திரும்பி பார்த்தாள். பிரதீபாவின் கணவன் ராஜேஷ் வர்ஷாவை பார்த்து புன்னகைத்தான். "வெல்கம் வர்ஷா. ஏற்பாடுகள் எப்படி இருக்கு" என்று உரக்க கேட்டான். வெளியில் யாரோ வால்யூம் அதிகமாக்கியிருந்தார்கள். உள்ளே இருப்பவர்கள் பேசுவது கண்ணாடி சுவர்களில் முட்டி எதிரொலித்து வெளியிலிருந்த வந்த ஒலியுடன் கலந்தது. அந்த கண்ணாடி அறை சப்தங்களால் நிறைந்திருந்தது.

"எல்லாமே நல்லா இருக்கு ராஜேஷ். நான் இந்த ரிசார்ட்டுக்கு இதுவரை வந்ததில்ல. நல்ல எடமா இருக்கு", என்றாள் வர்ஷா.

"ஒன் ஆஃப் தி பெஸ்ட். பெங்களூர்ல இதவிட நல்ல ரிசார்ட் உனக்கு கிடைக்காது. சரி, நான் சென்று எல்லாவற்றையும் கவனிக்கிறேன்", என்று சொல்லி அங்கிருந்து நகர்ந்து சென்றவன் வர்ஷாவிடம், "பிரகாஷ் மேல ஒரு கண்ணை வைத்திரு. அவனை அதிகம் குடிக்க நிஷா தூண்டிவிட்டுக் கொண்டிருக்கிறாள்" என்று சொல்லிவிட்டு சென்றான்.

கோப்பையுடன் வந்த நிஷா, "வா. அங்கே போகலாம்" என்று பிரகாஷ் இருந்த இடத்தை காட்டினாள். வேண்டாவெறுப்பாக வர்ஷா நிஷாவுடன் நடக்க ஆரம்பித்தாள்.

வர்ஷா வருவதைப் பார்த்ததும் பிரகாஷுடன் உரையாடிக் கொண்டிருந்த அனைவரும் மௌனமானார்கள். வர்ஷாவை பார்த்தவுடன் தன் கணவன் ரகு பேச்சை நிறுத்தியதை பார்த்து நிஷாவுக்கு கோபம் வந்தது.

அங்கு கூடியிருந்த எல்லோரும் ஐடி கம்பெனிகளில் வேலை செய்பவர்கள். இவர்கள் எல்லோரைவிடவும் வர்ஷா உயர்ந்த பதவியில் இருந்ததால் அவளை கண்டவுடன் பேசுவதை நிறுத்திவிடுகிறார்கள்.

வர்ஷாவின் பார்வை தன் கையிலிருந்த கோப்பை மேல் சென்றவுடன், பிரகாஷ் ஒரு அசட்டு சிரிப்பு சிரித்துக்கொண்டே, "இப்போதான் ஆரம்பித்தேன்" என்றான். பிரகாஷ் ஆறடி அழகன். எல்லோரும் சிரிக்கும்படி பேசுவான். அதனால் குடிப்பவர்கள் மத்தியில் அவனுக்கு என்றுமே வரவேற்பு இருந்தது. ஆனால் குடி அதிகமாகிவிட்டால் வாட்ஸாப்பில் வந்த கட்டுக்கதைகளை தானே சொல்வது போல் உளறுவான். இன்னும் அதிகம் போதை ஏறிவிட்டால் சண்டை போட தயாராகிவிடுவான். இவன் எப்படி அடி வாங்காமல் வீடு திரும்பியிருக்கிறான் என்று சில சமயங்களில் வர்ஷா ஆச்சரியப்பட்டதுண்டு.

வர்ஷா கஷ்டப்பட்டு தன் ஆத்திரத்தை அடக்கிக்கொண்டாள். அவன் இப்பொழுது இரண்டாம் கட்ட போதையில் இருந்தான். யாரும் நம்ப முடியாத கதைகளை சொல்வதை பலர் ஏளனமாக பார்த்தனர். வேறு சிலர் வர்ஷாவை பரிதாபமாக பார்த்தனர். அந்த பார்வையை வர்ஷாவால் தாங்கமுடியவில்லை.. வர்ஷாவின் சங்கடத்தை உணர்ந்த நிஷாவின் உதடுகளில் புன்னகை பூத்திருந்தது.. இன்னும் ஒரு பெக் அடித்தால் பிரகாஷ் சண்டை போட ஆரம்பித்துவிடுவான் என்று உணர்ந்த வர்ஷா. "பிரதீபாவின் பெற்றோர்கள் உன்னை பற்றி கேட்டுக்கொண்டிருந்தார்கள். நாம் அவர்களை ஒரு முறை பார்த்துவிட்டு வரலாம் வா", என்றாள்.

"சிறிது நேரம் கழித்து செல்லலாம். இப்பொழுதுதான் நான் இங்கு வந்தேன்", என்றான் பிரகாஷ்.

“போய் விட்டு வாங்களேன். வந்து இதை தொடருங்கள்”, என்று பிரகாஷின் பக்கத்தில் நின்றிருந்தவர் கூறினார்.

போதை ஏறியிருந்த பிரகாஷ். “மைண்ட் யுவர் ஓன் பிசினஸ்” என்று அவரைப் பார்த்து கத்தினான். அவன் அதற்கு மேல் எதுவும் பேசுவதற்கு முன் பிரதீபவின் கணவன் மைக்கில் பேச ஆரம்பித்தான். “ஜென்டில்மென் அண்ட் லேடீஸ். இப்பொழுது சங்கீத் ஆரம்பிக்கிறது. எல்லோரும் உங்களுக்காக காத்துக்கொண்டிருக்கிறார்கள். சங்கீத் முடியும் வரை பார் மூடப்படும். அதற்கு பிறகு மறுபடியும் பார் திறக்கப்படும். எல்லோரும் மெயின் ஹாலுக்கு வருமாறு கேட்டுக்கொள்கிறேன்”

வர்ஷாவுக்கு நின்ற மூச்சு மறுபடியும் வந்தது போல் இருந்தது. “ஷிட்” என்று சொல்லிவிட்டு, கோப்பையில் மிச்சம் இருந்த விஸ்கியை குடித்துவிட்டு பிரகாஷ் கிளம்பினான். எல்லோரும் சங்கீத் நடக்கும் அறைக்குள் நுழைந்தனர். வர்ஷா ஹாலை பார்த்து வியப்படைந்தாள். ஒரு மணி நேரம் முன் தான் வர்ஷா இந்த ஹாலை கடந்து சென்றிருக்கிறாள். இப்பொழுது அடையாளம் தெரியாத அளவுக்கு ஹால் பூ மாலைகளால் அலங்கரிக்கப்பட்டிருந்தது. மேடையில் இரண்டு பெரிய ஃபோகஸ் விளக்குகள், மேலே நான்கு ஃபோகஸ் விளக்குகள், படம் பிடிப்பதற்காக ஒரு பெரிய கிரேன், அதை இயக்க ஒரு ஆபரேட்டர், எல்லோரும் பார்ப்பதற்காக அறையெங்கும் பல பெரிய டிவி ஸ்கிரீன்கள் மற்றும் ஸ்பீக்கர்களை ஆச்சரியத்துடன் பார்த்தாள் வர்ஷா.

ஒரு இளம் ஆணும் பெண்ணும் எல்லோரையும் வரவேற்றார்கள். பிறகு சங்கீத் ஆரம்பித்தது. முதலில்

மணமகளைப் பற்றியும் மணமகனைப் பற்றியும் ஒரு படம் திரையிட்டார்கள். பிறகு நடனங்கள் தொடங்கின. மணமகள் தன் தோழிகளுடனும், மணமகன் தன் தோழர்களுடம் ஒரு மாதமாக டான்ஸ் மாஸ்டர் வைத்து பயின்ற நடனத்தை ஆடினார்கள். பிரதீபாவின் தந்தை சொன்னது போல் எல்லோரும் ஹிந்தி மற்றும் பஞ்சாபி நடனம் தான். ஒவ்வொரு நடனத்தையும் அறையில் கூடியிருந்த இளைஞர்கள் விசில் அடித்தும், உரக்க கூச்சல் போட்டும் கொண்டாடினார்கள். அவர்களின் உற்சாகம் எல்லோருக்கும் தொற்றிக்கொண்டது.

கிட்டத்தட்ட இரண்டு மணி நேரத்திற்குப் பிறகு ஒரு இளைஞன், "நாங்கள் நடனமாடி முடித்துவிட்டோம். இப்பொழுது பெரியவர்கள் நடனமாட வேண்டிய தருணம். முதலில் பிரதீபா ஆண்டி மற்றும் ராஜேஷ் அங்கிள் அவர்களை மேடைக்கு அழைக்கிறோம்". பிரதீபா, "நோ நோ நோ," என்றாள். எல்லோரும் பலத்த கரகோஷம் செய்து "எஸ் எஸ் எஸ்" என்று கத்தினார்கள். ராஜேஷ் அவள் கையைப் பிடித்து மேடைக்கு அழைத்து சென்றான். இவர்களுக்கு என்று 'அந்த அரபி கடலோரம்' தமிழ்ப் பாடலை ஒலிக்க விட்டார்கள். பிரதீபாவும் ராஜேஷும் ஓரளவுக்கு நன்றாகவே ஆடி முடித்தவுடன் விசில் சத்தமும் கரகோஷமும் காதை துளைத்தது.

"அடுத்ததாக நிஷா ஆண்ட்டி மாற்று ரகு அங்கிள்". ரகு உற்சாகமாக காணப்பட்டான். "கமான். கமான்", என்று கூறிக்கொண்டே நிஷாவின் கையைப் பிடித்து அழைத்து சென்றான். "இவனுக்கு டான்ஸ் வருமா?", என்று பிரதீபா வர்ஷாவை கேட்டாள். "அவன் போற வேகத்தை பாத்தா பிரபு தேவா லெவலுக்கு ஆடுவான் போல இருக்கு". என்று வர்ஷா கூற பிரதீபா உரக்க சிரித்துவிட்டாள்.

அவர்களுக்கு ஒரு ஹிந்தி பாட்டை போட்டார்கள். ரகு கை கால்களை தன் இஷ்டத்துக்கு ஆட்டுவதை பார்க்க தமாஷாக இருந்தது. பாட்டின் தாளத்துக்கும் அவன் அசைவுகளுக்கும் எந்தவித சம்பந்தமும் இல்லாமல். "சிப்பிக்குள் முத்து" படத்தில் கமலஹாசன் ஆடுவது போல் ரகு ஆடினான். நிஷா இரண்டு ஸ்டெப் போட்டவுடன் அவளை தன் பக்கம் இழுத்து அவள் ஆடும் நடனத்தையும் கெடுத்தபோது கூடி இருந்த இளைஞர்களுக்கு சிரிப்பு தாங்க முடியவில்லை. அவன் ஆடி முடித்தவுடன் "ஒன்ஸ் மோர், ஒன்ஸ் மோர்", என்று எல்லா இளைஞர்களும் கோஷம் போட, உண்மையாகவே தன் நடனத்தை இவர்கள் எல்லாம் ரசிக்கிறார்கள் என்று நினைத்துக்கொண்டு, "ஓகே" என்று ரகு மறுபடியும் ஆடத் துடங்கினான். கூடி இருந்தவர்கள் விழுந்து விழுந்து சிரிக்க, வர்ஷாவும் பிரதீபாவும் கஷ்டப்பட்டு சிரிப்பை அடக்க முடியாமல் சிரித்துவிட, நிஷாவின் முகத்திலிருந்து கோபக்கனல் பறந்தது. நடனம் முடிந்து அவள் கீழே இறங்கும்போது ரகுவை கொளுத்திவிடுவது போல் ஒரு பார்வை பார்த்தாள்.. "நாளைக்கு ரகுவோட நிலைமை என்னவோ?" என்று முகத்தை பரிதாபமாக வைத்துக்கொண்டு பிரதீபா கேட்டாள். வர்ஷா சிரித்துவிட்டு, "நிஷாவின் கோபம் ரகுவுக்கு ஒன்றும் புதுசு இல்லையே" என்றாள். பிரதீபா மறுபடியும் சிரித்தாள்..

"அடுத்தது நான்", என்று பிரகாஷின் குரல் உரக்க ஒலித்தது. "ஓ... லெட் அஸ் கிவ் இட் டு பிரகாஷ் அங்கிள்", எல்லோரும் கை தட்டினார்கள். "அங்கே என் மனைவி நிற்கிறாள். அவளையும் மேடைக்கு வரச் சொல்லுங்கள்", என்று வர்ஷாவை நோக்கி கை

காண்பித்தான். "வி வாண்ட் வர்ஷா ஆண்ட்டி" என்று எல்லோரும் கத்த விருப்பமில்லாமல் வர்ஷா மேடையை நோக்கி சென்றாள்.

கல்லூரி நாட்களில் வர்ஷாவும் பிரகாஷும் சேர்ந்து பல மேடைகளில் நடனம் ஆடியிருக்கிறார்கள். நடனம் ஆடி பல வருடங்கள் ஆகிவிட்டதால் வர்ஷாவுக்கு பயமாக இருந்தது. அவள் பிரகாஷை பார்த்தாள். அவனுக்கு போதை இறங்கியிருந்தது. பிரகாஷ் மைக்கை பிடித்துக்கொண்டு, "முதலில் நாங்கள் ஒரு மெலடி பாடலுக்கு ஆடப் போகிறோம். அதற்கு பிறகு ஹை எனர்ஜி பாடலுக்கு ஆடுவோம்" என்று அறிவித்தான். "சம்மர் வைன்" எனும் பாட்டு ஸ்பீக்கர்களில் ஒலித்தது. அவர்கள் இருவரும் ஒருவரை ஒருவர் தழுவிக்கொண்டு மெதுவாக நடனம் ஆடினார்கள். இந்த பாட்டிற்கு பல முறை சேர்ந்து ஆடியிருந்ததால் எந்த பிசிறும் தட்டாமல் நடனம் அருமையாக வந்தது. ஆடி முடித்தவுடன் பலத்த கைதட்டலை பெற்றார்கள்.

அடுத்து ஒரு ஸ்பானிஷ் பாடல் ஒலித்தது. இதற்கும் அவர்கள் பல முறை சேர்ந்து ஆடியிருக்கிறார்கள். இந்த ஸ்பானிஷ் நடனத்தில் பல போஸ்களில் நிற்கவேண்டும். அவர்கள் ஒவ்வொரு போஸ் கொடுக்கும்பொழுதும் எல்லோரும் கை தட்டினார்கள். பாடல் முடியும் தருணத்தில் மேடையின் ஒரு கோடியில் வர்ஷாவும் இன்னொரு கோடியில் பிரகாஷும் நின்று கொண்டிருந்தார்கள். இசை தீவிரமடைய, வர்ஷா ஐந்து முறை தட்டாமலை சுற்றிவிட்டு சரியாக பிரகாஷ் நிற்கும் இடத்திற்கு வந்து சேர்ந்தாள். பிரகாஷ் தன் வலது கரத்தை நீட்டிக் கொண்டிருந்தான். வர்ஷா தன் இடது கரத்தை அவனிடம் கொடுக்க, அவன் வர்ஷாவை தன் பக்கம் இழுத்துக்கொள்ள, இன்னொரு முறை

சுற்றிவிட்டு அவன் மார்பில் வர்ஷா தன் பின்மண்டையை சாய்த்து கூட்டத்தை பார்த்தாள். தட்டாமாலை சுற்றி வந்ததால் அவளுக்கு தலை சுற்றியது. முகங்கள் ஒன்றோடு ஒன்று சேர்ந்துகொள்ள ஹால் முழுவதும் சுற்றிக் கொண்டிருந்தது. ஆனால் வர்ஷாவை எரித்துவிடுவது போல் பார்த்துக் கொண்டிருந்த நிஷாவின் கண்கள் மட்டும் அசையாமல் ஒரே இடத்தில் நின்றிருந்தது.

Initiative

கோபம், ஆத்திரம், ஏமாற்றம், சுய பச்சாதாபம், அழுகை என்று பல உணர்ச்சிகள் அவனுள் ஒரே சமயத்தில் ஓடின. அவன் முகம் சுருங்கியிருந்தது. எப்பொழுது வேண்டுமானாலும் அவன் அழுதுவிடக் கூடும். அதே சமயத்தில் அவன் கண்களில் கோபம் தெளிவாகத் தெரிந்தது. பக்கத்து இருக்கையில் உட்கார்ந்திருந்த பெண்மணி அவனைப் பார்த்து "இஸ் எவ்ரிதிங் ஓகே?" என்று கேட்டாள். "எஸ்" என்று சொல்லிவிட்டு சிரிக்க முயன்றான். ஆனால் அது முடியவில்லை. அந்தப் பெண்மணி கேள்வி கேட்டவுடன் லேப்டாப்பில் வேலை செய்யத் தொடங்கிவிட்டாள். இவன் பதிலையும், முகபாவத்தையும் அவள் கவனிக்கவில்லை. இது அவனுக்கு எரிச்சலூட்டியது. ஆபிஸில் யாருக்கும் தன் மேல் அக்கறை இல்லை என்று அவனுக்கு தோன்றியது. அங்கு இருக்கப் பிடிக்காமல், ஆபிஸை விட்டு வெளியே வந்து, அருகில் இருந்த டீ கடை பெஞ்ச்சில் உட்கார்ந்து, ஒரு டீ சொன்னான்.

அவன் மேலதிகாரியின் குரல் தெள்ளத் தெளிவாக அவன் காதுகளில் ஒலித்தது. "இந்த முறையும் உனக்கு பதவி உயர்வு கொடுக்க முடியவில்லை. நான் எவ்வளவோ எடுத்து சொல்லியும் மேல்மட்ட குழு உன் பெயரை பரிசீலனைக்கு எடுத்துக்கொள்ளவில்லை.

எஸ்.சுரேஷ்

அடுத்த முறை கண்டிப்பாக பதவி உயர்வை வாங்கிக்கொடுத்துவிடுவேன்." போன முறையும் இதே பாடல் தான் பாடப்பட்டது.. அடுத்ததாக அவர் சொன்னதுதான் ஏதோ எரியும் காட்டுக்குள் மாட்டிக்கொண்டது போன்ற ஒரு உணர்வை ஏற்படுத்தியது. "இந்த பதவிக்கு வேறொரு கம்பெனியிலிருந்து ஒருவரை தேர்வு செய்திருக்கிறார்கள்."

டீயை குடித்துக்கொண்டே தனக்கு இழைக்கப்பட்ட அநீதியைப் பற்றி சிந்தித்தான். அவன் இந்த கம்பெனியில் இருபது வருடங்களாக வேலை செய்கிறான். நான்கு மாதங்களுக்கு முன் அவனுடைய இருபது வருட சர்வீஸை பாராட்டி பார்ட்டி கொடுத்தார்கள். ஜெனரல் மேனேஜராக இருந்த அவன் இந்த முறை வைஸ் பிரெஸிடெண்ட் ஆகிவிடுவோம் என்ற நம்பிக்கையில் இருந்தான். அதில் இப்பொழுது மண்ணை வாரி இறைத்துவிட்டார்கள். அவனை புறம் தள்ளிவிட்டு வேறொருவரை தேர்ந்தெடுத்திருக்கிறார்கள். இது மன்னிக்க முடியாத குற்றம். மிக பெரிய அநீதி. இந்த கம்பெனிக்காக எவ்வளவு உழைத்திருக்கிறேன். இன்று இந்த கம்பெனி நல்ல இடத்தில் இருக்கிறதென்றால் என்னுடைய உழைப்பும் ஒரு காரணம். வேறொருவரை வைஸ் பிரெஸிடெண்ட் பதவிக்கு தேர்வு செய்கிறார்கள் என்றால், நான் வேண்டாம் என்று தானே அர்த்தம்? எனக்கு என்ன ரோஷம் இல்லையா? என் திறமைக்கு வேறு இடத்தில் வேலை கிடைக்காதா? பத்து வருடங்கள் முன்பே வேறொரு கம்பெனியில் கூப்பிட்டார்கள். அப்பொழுதே சென்றிருக்கவேண்டும். இப்பொழுது அழுது என்ன லாபம். பதவியை தூக்கி எறிய வேண்டியதுதான். வேலையை விட்டுச் செல்லும்பொழுது நான் கேட்கும் கேள்விகளை கேட்டு உயர் அதிகாரி நாக்கை பிடுங்கிக்கொள்ளவேண்டும்.

இது போன்ற டீ கடைகளுக்கு வராத இவனைப் பார்த்த சக அலுவலக பணியாளன் ஒருவன், “ஹேலோ சார். ஹவ் கம் ஹியர்?” என்று கேட்டான். என்ன பதில் சொல்வது என்று தெரியாமல் அவன் முழித்துக்கொண்டிருந்த போது, கேள்வி கேட்டவன் இவன் பதிலுக்கு காத்திராமல் டீ கடைக்குள்ளே சென்றுவிட்டான். இவனுக்கு எரிச்சல் அதிகமானது. மறுபடியும் தன்னை யாரும் மதிப்பதில்லை என்ற உணர்வு அவனுக்கு தோன்றியது. அப்பொழுது தொலைபேசியில் வந்த செய்தி அவனை மறுபடியும் நிலைகுலைய வைத்தது. தன்னுடைய ஜூனியர் ஒருவனுக்கு, இவன் அலுவலகத்தில் சேர்ந்த மூன்று வருடங்களுக்குப் பிறகு சேர்ந்தவனுக்கு, இப்பொழுது பதவி உயர்வு கிடைத்துவிட்டது. அவன் இப்பொழுது வைஸ் பிரெஸிடெண்ட் ஆகிவிட்டான். இவன் இன்னும் ஒரு வருடமாவது ஜெனரல் மேனேஜராக இருக்க வேண்டும். இதை நினைத்தபோது அவனுக்கு ஆத்திரமாக வந்தது.

யாரிடமாவது தன்னுடைய கோபத்தையும், ஆத்திரத்தையும் பகிர்ந்துகொள்ள வேண்டும் என்று தன்னுடைய பழைய அலுவலக தோழி ஒருத்தியை தொலைபேசியில் அழைத்தான். தன் ஜூனியர் ஒருவனுக்கு பதவி உயர்வு கிடைத்திருக்கிறது, தனக்கு கிடைக்கவில்லையே என்று சொன்னபோது, அவள், “அவனுக்கு கிடைக்கும் என்று எனக்கு முன்பே தெரியும். அவன் ரொம்ப டைனமிக். எல்லோருக்கும் அவன் எனர்ஜி பிடிச்சிருக்கு. அவனுக்கு ப்ரமோஷன் வரும்னு எதிர்பார்த்தது தான்” என்றாள்.

அவள் பேச்சு அவனை இன்னும் அதிகம் துயரத்தில் ஆழ்த்தியது. இந்த தருணத்தில் நண்பர்கள் யாரும்

இல்லையே என்று ஏங்கினான். அவனுக்கு இருந்த இரண்டு நெருங்கிய நண்பர்கள் இருவரும் அமெரிக்காவில் இருந்தார்கள். இப்பொழுது அவர்கள் தூங்கிக்கொண்டிருப்பார்கள். பதவி உயர உயர நண்பர்கள் கம்மியானார்கள். இப்பொழுது என்னுடைய துயரத்தைக் கண்டு களிப்பவர்கள் அதிகமாக இருப்பார்கள் என்று அவன் எண்ணிக்கொண்டான்.

உடனே வேலையை விடுவது சாத்தியமில்லை என்று அவனுக்குத் தெரியும். இப்பொழுதே ராஜினாமா கடிதத்தை கொடுத்துவிடவேண்டும் என்று அவனுக்கு தோன்றினாலும், இரண்டாவது வீட்டுக்கான ஈ.எம்.ஐ மற்றும் மகனுக்கு அடுத்த வருட அமெரிக்க கல்லூரியில் அட்மிஷன், பெண்ணுக்கு அடுத்த வருடம் மெடிக்கல் சீட், எல்லாம் நினைவுக்கு வந்து அந்த எண்ணத்தை கைவிட அறிவுறுத்தின. வேறொரு வேலை கிடைத்த பின் தான் இந்த வேலையை விடவேண்டும் என்று அவன் தீர்மானித்தான்.

அன்று மாலை தனக்குப் பதவி உயர்வு கிடைக்காததைப் பற்றி மனைவியிடம் சொன்னான். அவள் ஐந்து வருடங்களுக்கு முன் ஒரு கம்பெனியிலிருந்து லே-ஆஃப் செய்யப்பட்டிருந்தாள். அதற்குப் பிறகு அவளுக்கு வேலைக்குப் போவது என்பது பிடிக்காமல் போய்விட்டது. "கார்ப்பரேட் என்றாலே பொலிட்டிக்ஸ் தானே. பதவி உயர்வு கிடைக்காததில் என்ன ஆச்சரியம்? நான் பல வருடங்களாக கம்பெனி மாறுங்கள் என்று சொல்லிக்கொண்டிருக்கிறேன். நீ எதற்காகவோ இந்த கம்பெனியை கட்டிக்கொண்டு அழுகிறாய். இப்பொழுதாவது வேலையை மாற்றப் பார்," என்றாள்.

தனக்கு ஆதரவாக ஏதாவது சொல்வாள் என்று எதிர்பார்த்த அவனுக்கு ஏமாற்றமாக இருந்தது. அன்று

இரவு விழித்திருந்து அமெரிக்காவில் உள்ள நண்பனிடம் பேசினான். அவனும் இவன் மனைவி போல் தான் அறிவுரை சொன்னான். அவனுக்கு அன்று இரவு வெகு நேரம் வரை தூக்கம் வரவில்லை.

அடுத்த நாள் அவன் ரெஸ்யூம் தயாரிக்க ஆரம்பித்தான். அதை சரிபார்த்து வேலை தேட ஆரம்பிக்க ஒரு வாரம் ஆகியது. பிறகு வேறு கம்பெனிகளில் இருக்கும் தனக்கு பரிச்சயமானவர்களுக்கு தன்னுடைய ரெஸ்யூம்மை அனுப்பினான். வேலை வாய்ப்புகள் தேட உதவும் வெப்சைட்டில் எல்லாம் ரிஜிஸ்டர் செய்தான். பல பழைய நண்பர்களை கூப்பிட்டுப் பேசினான். வேலை தேடுவதாக அவர்களுக்கு சொன்னான். எல்லோரும் உதவுவதாக சொன்னார்கள். ஆனால் ஒரு மாதம் கழிந்த பின்பும் யாரும் அவனை இன்டர்வியூவிற்கு கூப்பிடவில்லை. வேலை தேடலை இன்னும் மும்முரம் ஆக்கினான். இரண்டு வாரங்கள் கழித்து அவன் உழைப்பு பலனளிக்க துவங்கியது. இன்டர்வியூ அழைப்புகள் வர ஆரம்பித்தன.

முதல் இன்டர்வியூ ஒரு பெரிய கம்பெனியில் வைஸ் பிரெஸிடெண்ட் வேலைக்காக நிகழ்ந்தது. முதல் கட்டத்தை தாண்டி இரண்டாவது கட்ட நேர்காணலுக்காக அழைக்கப்பட்டிருந்தான். அவனுக்கு சுற்றியிருந்த கருமேகங்கள் விலகி நீல வானம் தெளிவாய் தெரிவது போல் இருந்தது. இரண்டாவது சுற்றில் அவன் அளித்த பதில்களை அவன் மறுபடியும் அசைபோட்டான். எல்லா பதில்களும் பிரமாதமான பதில்களாக அவனுக்குத் தோன்றின. ஒரு பதிலைக் கேட்டு கம்பெனியின் மேலதிகாரி புன்னகை புரிந்தார். தனக்கு இந்த வேலை கிடைத்துவிடும் என்ற நம்பிக்கை அவனுக்குள் வலுவாக இருந்தது. அவனை அவர்கள்

கடைசி எச்ஆர் சுற்றுக்கு அழைத்தபோது தனக்கு ஒரு புதுப்பாதை அமைந்துவிட்டது போல் அவனுக்கு தோன்றியது. எச்ஆர் இன்டர்வியூவில் அவன் சம்பளம் பற்றியும் அவன் ஜெனரல் மேனேஜராக என்ன செய்துகொண்டிருந்தான் என்பதைப் பற்றியும் கேட்டார்கள். வேலை கிடைத்துவிடும் என்று அவன் உறுதியாக நம்பினான். மனைவியிடமும் அதை சொன்னான். அன்று இரவு குடும்பத்துடன் சினிமா சென்றுவிட்டு, பெரிய ஹோட்டலில் டின்னர் சாப்பிட்டுவிட்டு வீடு திரும்பினான்.

அடுத்த நாள் அவர்கள் தன்னை கூப்பிட்டு வேலை கிடைத்துவிட்டது என்று சொல்வார்கள் என்று நினைத்தான். ஆனால் யாரும் கூப்பிடவில்லை. தான் ஃபோன் செய்யலாமா என்று யோசித்தான். செய்தால் தான் வேலைக்காக மிகவும் டெஸ்பெரேட்டாக இருப்பதாக எண்ணுவார்கள். அதனால் அவன் ஃபோன் செய்யவில்லை. ஒரு வாரம் ஓடியது. ஆனால் அவர்கள் இன்னும் மௌனம் காத்தார்கள். டென்ஷன் தாங்க முடியாமல் அவன் அவர்களுக்கு ஃபோன் செய்தான். "நீங்கள் ஹோல்ட்டில் வைக்கப்பட்டிருக்கிறீர்கள்" என்று சொன்னார்கள். "அப்படி சொன்னால் உனக்கு வேலை இல்லை என்று நாசூக்காக சொல்கிறார்கள் என்று அர்த்தம்" என்று அவன் அமெரிக்க நண்பன் சொன்னான். மறுபடியும் அவன் வாழ்க்கையை கருமேகங்கள் சூழ்ந்துகொண்டன.

இன்னும் இரண்டு இடங்களிலிருந்து அழைப்பு வந்தது. ஆனால் அங்கும் ஏமாற்றம்தான் மிஞ்சியது. ஒன்றில் முதல் சுற்றுக்குப் பிறகு அவனை அழைக்கவில்லை. இன்னொன்றில் பிட்மெண்ட் சரியில்லை என்று சொல்லிவிட்டார்கள். இன்னும்

இரண்டு வாரங்களில் புதிதாக வைஸ் பிரெஸிடெண்ட்டாக நியமிக்கப்பட்டவர் வந்துவிடுவார். அதற்குள் கம்பெனியை விட்டு சென்றுவிடவேண்டும் என்று அவன் இன்னும் தீவிரமாக வேலையை தேடினான். கடைசியில் ஒரு கம்பெனியிலிருந்து அவனை நேர்காணலுக்கு அழைத்தார்கள். இந்த கம்பெனி அவன் இப்பொழுது வேலை செய்துகொண்டிருந்த கம்பெனி அளவுக்கு பெரிய கம்பெனி இல்லை. அவர்கள் இவனை மிகுந்த மரியாதையுடன் நடத்தினார்கள். “உங்களுக்கு இங்கே வைஸ் பிரெஸிடெண்ட் போஸ்ட் மட்டுமல்லாமல், உங்களை ஐரோப்பா ரீஜன் தலைவராகுவோம். உங்களுக்கு வேலை பளு அதிகமாகும். உங்களுக்கு சம்மதமா?” என்று கேட்டார்கள். “எனக்கு பதவி, பணம் எல்லாம் இரண்டாம் பட்சம் தான். என்னை நம்பி நீங்கள் எந்த வேலை வேணுமானாலும் கொடுக்கலாம். ஜாப் சட்டிஸ்ஃபாக்ஷன் எனக்கு மிகவும் முக்கியம்” என்றான். அந்த கம்பெனியின் தலைவரே அவனுடன் பேசினார். அது அவனுக்கு மிகவும் உற்சாகம் அளித்தது. எச்ஆர் சுற்று முடிந்தவுடன், “உங்களுக்கு வேலை கொடுப்பது என்று முடிவெடுக்கப்பட்டுள்ளது. ஆப்பர் லெட்டர் உங்களுக்கு நாளை காலையில் ஈ-மெயில் மூலம் வந்து சேரும்” என்றார்கள். அன்று இரவு முழுவதும் சந்தோஷத்தில் மூழ்கியிருந்த அவனுக்கு தூக்கம் வரவில்லை. புது உலகம், புது வாழ்க்கை, புதுப்பாதை. எல்லாம் புதிதாக இருக்கப்போகிறது. அவனுக்கு இந்த எண்ணம் கிளர்ச்சியை அளித்தது.

அடுத்த நாள் புதிய வைஸ் பிரெஸிடெண்ட் வந்து சேரும் நாள். அன்று அவனுக்கு ஆஃபர் லெட்டர் வந்தால் அருமையாக இருக்கும். அவர் சேரும்போது

இவன் ராஜினாமா செய்துவிடுவான். இதுதான் பழிக்குப் பழி என்று எண்ணிக்கொண்டான். அடுத்த நாள் ஈ-மெயில் வரவேண்டும் என்று இறைவனிடம் பிரார்த்தித்தான். காலையில் அலுவலகம் வந்து ஒரு மணி நேரம் ஆகிவிட்டது. ஈ-மெயில் வரவில்லை. புது வைஸ் பிரெஸிடெண்ட் வந்துவிட்டார். அவரை எல்லோருக்கும் அறிமுகப்படுத்தும் படலம் ஏற்பாடு செய்யப்பட்டிருந்தது. அப்பொழுது ஒரு மெயில் வந்தது. "எல்லோரும் கான்பரன்ஸ் அறைக்கு வாருங்கள். புதிய வைஸ் பிரெஸிடெண்ட்டை உங்களுக்கு அறிமுகம் செய்ய வேண்டும்". அவன் இருக்கையை விட்டு நகரவில்லை. "யு நாட் கம்மீங்?" என்று ஒருவன் கேட்டான். "ஒரு ஐந்து நிமிடத்தில் வருகிறேன்" என்றான். அப்பொழுது, "ஆஃபர் லெட்டர்" என்று தலைப்பிட்ட மெயில் வந்தது. அவன் முகத்தில் மகிழ்ச்சி. அவன் மெல்ல சிரித்தான். கான்பரன்ஸ் அறைக்குள் செல்ல இருந்த உயர் அதிகாரி இவனைப் பார்த்து, "கம்" என்றார். "கம்மிங், கம்மிங்" என்று சற்று நேரம் பொறுங்கள் என்று சைகை செய்தான். "நான் வரமுடியாது... போடா" என்று மனதுக்குள் கூறிக்கொண்டான்.

மெயில் படிக்க ஆரம்பித்தான். "உங்களுடைய அனுபவமும், திறனும் எங்களை வெகுவாக கவர்ந்துவிட்டது. உங்களைப் போன்ற ஒருவரை தான் நாங்கள் தேடிக்கொண்டிருந்தோம். உங்களுக்கு வேலை அளிப்பதில் நாங்கள் பேரு மகிழ்ச்சியடைகிறோம்." அவனுக்குள்ளிருந்து ஆனந்தம் வெளியே சிரிப்பாக பொங்கி வந்தது. மனதில் என்றும் அவன் அனுபவிக்காத மகிழ்ச்சியொன்று பரவியது. வாழ்க்கையில் ஜெயித்து விட்டோம். இனி எந்த ஒரு எதிர்ப்பு வந்தாலும் அதை

எதிர்த்து போராடலாம். நமக்கும் திறமை இருக்கிறது. நாம் யாருக்கும் அடிபணிய வேண்டியதில்லை. லேப்டாப்பை மூடி பைக்குள் வைத்தான். இனி வீட்டுக்கு கிளம்பவேண்டியது தான். இவர்கள் தேடுவார்கள். தேடட்டும்.

மெயிலை மறுபடியும் படிக்க ஆரம்பித்தான். "உங்கள் திறமையை நாங்கள் வெகுவாக மதிக்கிறோம். அதனால் உங்களை ஐரோப்பிய நாடுகளுக்கு டெலிவேரி ஹெட்டாக நியமிக்கிறோம்" அவனுக்குப் பெருமிதம் பெருகியது. யூரோப் ஹெட். அந்த சொற்றொடர் இனித்தது. "எங்கள் கம்பெனியில் நீங்கள் வேகமாக வளரலாம். நல்ல அனுபவங்களை பெறலாம். உங்க உழைப்புக்கு தகுந்த மரியாதை இங்கு கிடைக்கும்" மறுபடியும் பூரிப்பு. "எங்கள் கம்பெனி சிறிய கம்பெனி என்பது உங்களுக்கு தெரியும். ஆதலால் எங்களால் சம்பளம் அதிகம் கொடுக்க முடியாது. நீங்கள் சம்பளம் ஒரு பொருட்டில்லை என்பதை தெளிவாக சொன்னீர்கள். அதனால் சமபளம் சற்று குறைந்திருந்தாலும் நீங்கள் அதை பொருட்படுத்தாமல் எங்கள் கம்பெனியில் சேருவீர்கள் என்று நம்புகிறோம். உங்களை அன்புடன் வரவேற்க காத்துக்கொண்டிருக்கிறோம்" அவனுக்கு வேர்த்தது. இதயத்துடிப்பு அதிகரிக்க சம்பளம் எவ்வளவு கொடுத்திருக்கிறார்கள் என்பதை பார்த்தான். இப்பொழுது அவன் வாங்கும் சம்பளத்தை விட முப்பது சதவீதம் குறைவாக இருந்தது.. அவன் எதிர்பாரா சமயத்தில் யாரோ கன்னத்தில் ஓங்கி அறைந்துவிட்டது போல் அவன் முகம் மாறியிருந்தது..

அப்பொழுது அவன் தொலைபேசி ஒலித்தது. "கம் சூன்" என்று மேலதிகாரியின் குரல். அவன் பைக்குள் வைத்திருந்த லேப்டாப்பை பார்த்தான். தூக்கிக்கொண்டு

வீட்டுக்கு சென்றுவிடலாமா என்று யோசித்தான். பிறகு ஏதோ முடிவெடுத்தவன் போல் "கம்மிங்" என்று கூறிவிட்டு கான்பரன்ஸ் அறையை நோக்கி ஓடினான்.

●